AF664540

വേദങ്ങളുടെ നാട്

vedangalude nadu

•

e m s

•

first chintha edition
january 2008

•

third edition
january 2017

•

fourth edition
november 2017

•

fifth edition
april 2019

•

typesetting & published
chintha publishers, thiruvananthapuram

•

printed
akshara offset, thiruvananthapuram

•

cover
shahul aliyar

വിതരണം

ദേശാഭിമാനി ബുക്ക് ഹൗസ്

H O തിരുവനന്തപുരം–695 035
Ph: 0471-2303026, 6063020
www.chinthapublishers.com
chinthapublishers@gmail.com

ബ്രാഞ്ചുകൾ

ഹെഡ്ഡാഫീസ് ബ്രാഞ്ച് കുന്നുകുഴി • സ്റ്റാച്ച്യു തിരുവനന്തപുരം • കെ എസ് ആർ ടി സി ബസ് സ്റ്റേഷൻ ആലപ്പുഴ • കെ എസ് ആർ ടി സി ബസ് സ്റ്റേഷൻ എറണാകുളം • മച്ചിങ്ങൽ ലെയ്ൻ തൃശൂർ • ഐ ജി റോഡ് കോഴിക്കോട് • മാവൂർ റോഡ് കോഴിക്കോട് • എൻ ജി ഒ യൂണിയൻ ബിൽഡിങ് കണ്ണൂർ • സെൻട്രൽ ബസ് ടെർമിനൽ കോംപ്ലക്സ് താവക്കര കണ്ണൂർ

CR - 2098 / 5020
ISBN - 978-93-82328-81-0

വേദങ്ങളുടെ നാട്

ഇ എം എസ്

ചിന്ത പബ്ലിഷേഴ്സ്
തിരുവനന്തപുരം-695 035

ഒന്ന്

ഒമ്പതാം വയസ്സുമുതൽ ആറുവർഷക്കാലം ഞാൻ ചെലവഴിച്ചത് ഋഗ്വേദമാകെ കാണാപ്പാഠം പഠിക്കാനായിരുന്നു. കുടുംബപാരമ്പര്യത്തിനൊത്ത ഒരു ചിട്ടയാണിത്. പത്തറുപതുകൊല്ലം മുമ്പായിരുന്നു അത്.

നമ്പൂതിരിമാരെ ഋഗ്വേദികൾ, യജുർവേദികൾ, സാമവേദികൾ എന്നു തരംതിരിച്ചിരുന്നു. അതത് വിഭാഗത്തിൽപ്പെട്ട ആൺകുട്ടികളുടെ ബാല്യകാലത്ത് അതത് വേദം ഒരുവട്ടമെങ്കിലും ഗുരുമുഖത്തുനിന്നുകേട്ട് സ്വയം ആവർത്തിക്കുന്നത് നിർബന്ധമാണ്. അവരിൽ ഒരു വിഭാഗമെങ്കിലും അതത് വേദമാകെ ഭാഗംഭാഗമായി ആവർത്തിച്ചാവർത്തിച്ച് കാണാപ്പാഠം പഠിക്കുകയും ചെയ്തു. ഞാനും അക്കൂട്ടത്തിൽപ്പെടും.

എന്നാൽ, കാണാപ്പാഠം പഠിക്കുകയല്ലാതെ താൻ ചൊല്ലുന്നതിന്റെ അർഥമെന്തെന്ന് ഈ ബാലൻമാരോ അവരുടെ ഗുരുക്കന്മാരോ മനസ്സിലാക്കിയിരുന്നില്ല; എനിക്കും മനസ്സിലായിരുന്നില്ല. വെറും ഉച്ചാരണം കൊണ്ട് സ്വന്തം ആത്മാവിനെയും ലോകത്തെയാകെയും നന്നാക്കാൻ തങ്ങളെ സഹായിക്കുന്ന ഏതോ ഒരു ശക്തി വേദശ്ലോകങ്ങളിൽ അടങ്ങിയിരുന്നുവെന്നാണ് വിശ്വാസം.

ഇതുപോലുള്ള വേദാധ്യയനവും അധ്യാപനവും ശരിയായി നടത്തുന്നതിന് മഠങ്ങൾ, ക്ഷേത്രങ്ങൾ മുതലായ സ്ഥാപനങ്ങളുണ്ട്– അവയ്ക്ക് സ്വന്തമായ സ്വത്തുക്കളും. അവിടങ്ങളിൽ താമസിക്കുവാനും ഭക്ഷണത്തിനും മറ്റുമുള്ള ഏർപ്പാടുകൾ അധ്യാപകരെയും അധ്യേതാക്കളെയും അങ്ങോട്ടാകർഷിച്ചിരുന്നു. അങ്ങനെ നമ്പൂതിരിമാരുടെ സാമൂഹ്യവും സാംസ്കാരികവുമായ ജീവിതത്തിൽ ഒരു പ്രധാനപങ്ക് അർഥമറിയാതെയുള്ള വേദോച്ചാരണത്തിനും അതിന്റെ പരിശീലനത്തിനും ഉള്ള ഒരു കാലമാണത്. നമ്പൂതിരി ബാലൻമാർ സ്കൂൾ വിദ്യാഭ്യാസ

ത്തിനുപോകാൻ തുടങ്ങിയതിൽ പിന്നീട് ഇത് ഒരതിരുവരെ തുടർന്നു; ഇന്നും തുടരുന്നു.

ഇതിനുതന്നെ ഒരു മറുവശമുണ്ട്: നമ്പൂതിരിമാരല്ലാതെ മറ്റാർക്കും വേദാധ്യായത്തിനോ വേദോച്ചരണത്തിനുപോലുമോ അർഹതയില്ല. അർഹതയില്ലാത്ത 'ഒരു കീഴ്ജാതിക്കാർ' അർഹതയുള്ളവർ നടത്തുന്ന വേദോച്ചരണം കേൾക്കുന്നതുപോലും 'പാപ'മാണ്! അർഹതയുള്ള നമ്പൂതിരിമാരിൽത്തന്നെ സ്ത്രീകൾക്ക് പുരുഷന്മാർ വേദോച്ചരണം നടത്തുന്നത് കേൾക്കാനല്ലാതെ സ്വയം പഠിക്കാനോ ഉച്ചരിക്കാൻ പോലുമോ അധികാരമില്ല! ചില വിഭാഗങ്ങളിൽപ്പെട്ട നമ്പൂതിരികുടുംബങ്ങളിലെ പുരുഷന്മാർപോലും ഒരു വട്ടം ഗുരുമുഖത്തുനിന്നുകേട്ട് ആവർത്തിക്കുകയല്ലാതെ സ്വയം വേദാധ്യയനം നടത്തിക്കൂട!

അതായത്, സമൂഹത്തിലൊരു തുച്ഛമായ ന്യൂനപക്ഷമൊഴിച്ച് ബഹുഭൂരിപക്ഷത്തിന് വേദോച്ചരണവും അധ്യയനാധ്യാപനങ്ങളും നിഷിദ്ധമായിരുന്നു.

എന്നാൽ, ഒന്നൊന്നര നൂറ്റാണ്ടുകാലമായി ലോകത്തെങ്ങുമുള്ള പണ്ഡിതന്മാർ കേരളത്തിലെ നമ്പൂതിരിമാർ നികൃഷ്ടമെന്നു പറഞ്ഞ് ഒഴിവാക്കിയിട്ടുള്ള അഥർവവേദമടക്കം നാലുവേദങ്ങളും നിഷ്കൃഷ്ടമായ പഠനത്തിന് വിധേയമാക്കിയിട്ടുണ്ട്. അതോടൊപ്പം ഉപനിഷത്തുകൾ, വിവിധശാസ്ത്രശാഖകളിൽ രചിക്കപ്പെട്ട ഗ്രന്ഥങ്ങൾ, പുരാണേതിഹാസങ്ങൾ, കാവ്യനാടകാദി സാഹിത്യകൃതികൾ എന്നിവയും അവരുടെ പഠനത്തിന് വിധേയമായിട്ടുണ്ട്. ഇതെല്ലാം ഇന്ത്യയിൽ രചിക്കപ്പെട്ട കാലത്ത് ലോകത്തിന്റെ മറ്റു ഭാഗങ്ങളിൽ രചിക്കപ്പെട്ട കൃതികളോട് ഇവയെ ഈ പണ്ഡിതന്മാർ താരതമ്യപ്പെടുത്തിയിട്ടുമുണ്ട്. അങ്ങനെ പ്രാചീനഇന്ത്യയിലെ ദർശനം, ശാസ്ത്രവിജ്ഞാനം, സാഹിത്യം മുതലായവയെ മതപരമായ 'പാവനത്വ'ത്തിന്റെ യാതൊരാവരണവുമില്ലാതെ ശാസ്ത്രീയമായി പഠിക്കുന്ന ഒരു വിജ്ഞാനശാഖതന്നെ വളർന്നിട്ടുണ്ട്.

ജർമനിയിലും മറ്റ് യൂറോപ്യൻരാജ്യങ്ങളിലുമാണ് ഇത് തുടങ്ങിവച്ചത്. ക്രമേണ അത് ഇന്ത്യയിലേക്കും വ്യാപിച്ചു. അങ്ങനെ ഇന്ത്യൻസമൂഹത്തിന്റെ വളർച്ചയുടെ വ്യക്തമായ രൂപം കിട്ടാൻ സഹായിക്കുന്ന ഒട്ടേറെ ഗ്രന്ഥങ്ങൾ വിദേശീയരും ഇന്ത്യക്കാരുമായ പണ്ഡിതന്മാർ അടുത്തകാലത്ത് രചിച്ചിട്ടുണ്ട്. അത്തരം ഗ്രന്ഥങ്ങൾ രചിക്കുകയും പുറത്തിറക്കുകയും ചെയ്യുന്ന പ്രക്രിയ ഇപ്പോഴും തുടരുകയാണുതാനും.

ഇതിന്റെയെല്ലാം ഫലമായി ഈ പണ്ഡിതന്മാർ ചെന്നെത്തിയിട്ടുള്ള മുഖ്യനിഗമനം ഇതാണ്: സമകാലീനമായ മറ്റേത് സംസ്കാരത്തോടും കിടപിടിക്കുന്ന ഒന്നായിരുന്നു പ്രാചീനഇന്ത്യയിലെ സംസ്കാരം.

ഇന്ത്യക്കാരായ നമുക്ക് അഭിമാനജനകമായ ഈ സംസ്കാരം രൂപപ്പെടുത്തിയവരെ 'ആര്യൻമാർ' എന്ന പേരിൽ ചരിത്രം അറിയുന്നു. അതുകൊണ്ട് പ്രാചീന ഇന്ത്യൻസംസ്കാരത്തെ 'ആര്യസംസ്കാര'മെന്നും ആ സംസ്കാരത്തിന്റെ ഉത്ഭവസ്ഥാനം വേദങ്ങളായിരുന്നതിനാൽ

'വൈദികസംസ്കാര'മെന്നും ഉള്ള പേരുകളിൽ പണ്ഡിതന്മാർ വിളിക്കുന്നു. ഇതാണ് 'ഇന്ത്യയിലെ ഏറ്റവും പ്രാചീനമായ സംസ്കാരം, അത് രൂപപ്പെടുത്തിയ ആര്യൻമാർ ഇങ്ങോട്ട് കടന്നുവരുന്നതിനുമുമ്പ് ഇവിടത്തെ ജനങ്ങൾ തികച്ചും അപരിഷ്കൃതരായിരുന്നു, എന്നൊക്കെയാണ് ഞാൻ സ്കൂൾ വിദ്യാർത്ഥിയായിരുന്ന കാലത്ത് നിലവിലിരുന്ന ഇന്ത്യാചരിത്രപാഠപുസ്തകങ്ങൾ ഞങ്ങളെ പറഞ്ഞുമനസ്സിലാക്കാൻ ശ്രമിച്ചത്. വേദങ്ങളുടെ 'പാവനത്വം' സംബന്ധിച്ച മുൻധാരണ ഒരുതരത്തിൽ ശക്തിപ്പെടുത്തിയ ഒരു ചരിത്രവീക്ഷണമായിരുന്നു ഇത്.

മുൻധാരണയെന്നപോലെ ഇതും തെറ്റാണ് എന്നു തെളിയിക്കുന്ന വസ്തുതകൾ അന്നേക്കുതന്നെ ചരിത്രഗവേഷകർ കണ്ടെത്തിക്കഴിഞ്ഞിരുന്നു. ഇന്നത്തെ പാകിസ്ഥാനിൽപ്പെട്ട ഹാരപ്പയിലും മോഹൻജൊദാരോയിലും കുഴിച്ചെടുത്തപ്പോൾ കണ്ടെത്തിയ അവശിഷ്ടങ്ങൾ ഒരു കാര്യം വ്യക്തമാക്കി: ആര്യൻമാരുടെ വരവിന് കുറെ നൂറ്റാണ്ടുകൾക്കുമുമ്പുതന്നെ ആര്യൻമാരുടേതിനേക്കാൾ വളർച്ചയെത്തിയ ഒരു ജനവിഭാഗം അന്നത്തെ ഇന്ത്യയിൽ താമസിച്ചിരുന്നു.

ഈ വസ്തുത തെളിയിക്കുന്ന അവശിഷ്ടങ്ങൾ കണ്ടെത്തിയത് സിന്ധുനദിയുടെ അയൽപ്രദേശങ്ങളിൽ ആയിരുന്നതിനാൽ ആ അവശിഷ്ടങ്ങൾ സൂചിപ്പിക്കുന്ന സംസ്കാരത്തെ 'സൈന്ധവസംസ്കാരം'എന്നു വിളിക്കുന്നു. അതിന്റെ വിശദാംശങ്ങൾ പലതും ഇനിയും വ്യക്തമാവേണ്ടിയിരിക്കുന്നു. അതിനുള്ള ഗവേഷണവും പഠനവും തുടരുകയാണ്. പക്ഷേ, ഒരു കാര്യം സംശയത്തിനിടയില്ലാത്തവണ്ണം തെളിഞ്ഞുകഴിഞ്ഞു: ആര്യൻമാരുടെ വരവിനുമുമ്പ് ഇന്ത്യയാകെ അപരിഷ്കൃതജനസമുദായങ്ങളുടെ ആവാസകേന്ദ്രമായിരുന്നുവെന്ന മുൻധാരണ തികച്ചും തെറ്റാണ്.

ആര്യൻമാരുടെ വരവോടുകൂടിയാണ് ഇന്ത്യയിൽ സാംസ്കാരിക വളർച്ച തുടങ്ങിയതെന്ന സിദ്ധാന്തത്തിന് മറ്റൊരു കനത്ത പ്രഹരം തെക്കെ ഇന്ത്യയിൽനിന്നും കിട്ടി. കുഴിച്ചെടുത്തുകിട്ടിയ അവശിഷ്ടങ്ങൾ മാത്രമല്ല, ആര്യഭാഷയായ സംസ്കൃതത്തിൽനിന്ന് തികച്ചും സ്വതന്ത്രമായ ഒരു ഭാഷ, അതിൽ രചിക്കപ്പെട്ട സാഹിത്യകൃതികൾ എന്നിവയും നിഷ്കൃഷ്ടപഠനത്തിനു വിധേയമാക്കിയപ്പോൾ തെക്കേഇന്ത്യക്ക് സ്വന്തമായ ഒരു സംസ്കാരമുണ്ടെന്ന് തെളിഞ്ഞു. വടക്കേഇന്ത്യയിൽ രൂപം കൊണ്ട സംസ്കൃതത്തിനു സമാന്തരമായി തെക്കേഇന്ത്യയിൽ ചെന്തമിഴും അവിടത്തെ മൗര്യ–ഗുപ്താദിസാമ്രാജ്യങ്ങൾക്കു സമാന്തരമായി ഇവിടെ ചേര–ചോള–പാണ്ഡ്യ സാമ്രാജ്യങ്ങളും രൂപംപൂണ്ടതിൽനിന്ന് ആര്യൻമാർക്ക് തികച്ചും വിധേയമായിരുന്നു തെക്കേ ഇന്ത്യയെന്ന മുൻധാരണ തെറ്റായിരുന്നു എന്നു വ്യക്തമായി.

പക്ഷെ, സൈന്ധവസംസ്കാരത്തിനും തെക്കെ ഇന്ത്യയിലെ ദ്രാവിഡസംസ്കാരത്തിനും ഉള്ള മേൻമയെ കൂടുതലാക്കിയോ ആര്യൻമാരുടെ സൃഷ്ടിയായ വൈദികസംസ്കാരത്തിന്റെ മേൻമ കുറച്ചോ കാണുന്നത്

തെറ്റായിരിക്കും. വൈദികസംസ്കാരത്തേക്കാൾ പ്രാചീനവും അതിനെ അപേക്ഷിച്ച് വളർച്ച പ്രാപിച്ചതുമാണെങ്കിലും സൈന്ധവസംസ്കാരത്തിന് അധികകാലം തുടരാൻ കഴിഞ്ഞില്ല. ആര്യൻമാരുടെ വരവിനുമുമ്പുതന്നെ അത് ക്ഷയിക്കാൻ തുടങ്ങിയിരുന്നുവെന്നതു നിർവിവാദമാണ്. അതിന്റെ പരിപൂർണമായ തകർച്ച ആര്യൻമാരുടെ വരവിനുമുമ്പുതന്നെ കഴിഞ്ഞിരുന്നുവോ, അതോ അവരുടെ ആക്രമണപരമായ മുന്നേറ്റം അതിനെ തകർത്തതാണോ, എന്നതിലേ പണ്ഡിതന്മാർക്ക് അഭിപ്രായഭേദമുള്ളു. ഏതായാലും, ആര്യൻമാരുടെ ആക്രമണപരമായ മുന്നേറ്റത്തെ അതിജീവിക്കാൻ സൈന്ധവജനതക്കു കഴിഞ്ഞില്ലെന്ന് എല്ലാവരും അംഗീകരിക്കുന്നു.

തെക്കേഇന്ത്യയാകട്ടെ, തനതായ ഒരു സംസ്കാരം രൂപപ്പെടുത്തിയതിനുശേഷം വടക്കേഇന്ത്യയിൽ ഉയർന്നുവന്ന ആര്യസംസ്കാരവുമായി പലതരത്തിലുള്ള ബന്ധങ്ങൾക്കു വിധേയമായി. സൈനികമായ ആക്രമണപ്രത്യാക്രമണങ്ങൾ, വ്യാപാരരംഗത്തെ കൊള്ളക്കൊടുക്കലുകൾ, വിവിധ മതങ്ങളുടെ പ്രചാരകരിൽനിന്നു ജനങ്ങൾക്കുകിട്ടിയ അറിവ്, ഭാഷാസാഹിത്യാദി മേഖലകളിൽ പരസ്പരം ചെലുത്തിയ സ്വാധീനം– ഇതെല്ലാം ആര്യ ദ്രാവിഡബന്ധത്തിൽ അതിപ്രധാനമായ മാറ്റങ്ങൾ വരുത്തി. തെക്കേ ഇന്ത്യയുടെ സ്വാധീനം വടക്കോട്ടും വടക്കിന്റേത് തെക്കോട്ടും വ്യാപിക്കാൻ തുടങ്ങി. ഇതിൽ ആദ്യത്തേതിനെ അപേക്ഷിച്ച് രണ്ടാമത്തേതിനായിരുന്നു മുൻതൂക്കം.

അതായത്, ആര്യൻമാർക്കുമുമ്പുള്ള ഇന്ത്യ അപരിഷ്കൃതമായിരുന്നുവെന്ന ധാരണ തിരുത്തിക്കൊണ്ടുതന്നെ ഒരു കാര്യം വ്യക്തമാക്കണം: സൈന്ധവസംസ്കാരത്തിന്റെ തകർച്ചയെത്തുടർന്ന് വടക്കേഇന്ത്യയിലുണ്ടായ സാംസ്കാരിക ശൂന്യതയിൽനിന്ന് പുറത്തുകടക്കാൻ സഹായിച്ച ഒരു സംഭവമാണ് ആര്യൻമാരുടെ വരവ്. സൈന്ധവസംസ്കാരകാലത്തെ അപേക്ഷിച്ച് പിന്നോക്കനിലയിലുള്ളവരാണെങ്കിലും വരാൻ തുടങ്ങിയതുമുതൽ പടിപടിയായി ഇന്ത്യൻസമൂഹത്തെ മുന്നോട്ടു കൊണ്ടുപോകുന്നതിൽ ആര്യൻമാർ പ്രധാന പങ്കുവഹിച്ചു.

ആര്യൻമാരുടെ വരവിനെത്തുടർന്നുണ്ടായ സാമൂഹ്യപുരോഗതിയുടെ ആദ്യരൂപങ്ങൾ ഋഗ്വേദത്തിന്റെ ആദ്യഭാഗങ്ങളിൽ കാണാം. ആ കൃതിയുടെ തന്നെ അനന്തരഭാഗങ്ങൾ, മറ്റു വേദങ്ങൾ, ദാർശനികവും ശാസ്ത്രപരവുമായ മറ്റനവധി കൃതികൾ, പുരാണേതിഹാസങ്ങൾ, കാവ്യനാടകാദി സാഹിത്യകൃതികൾ എന്നിവയിലാകട്ടെ, പുതിയ ആര്യസംസ്കാരത്തിന്റെ, അല്ലെങ്കിൽ വൈദികസംസ്കാരത്തിന്റെ, ക്രമമായ വളർച്ച പ്രതിഫലിക്കുന്നുമുണ്ട്. ഈ വളർച്ച ദ്രാവിഡജനതയിലും അതിന്റെ സംസ്കാരത്തിലും പ്രതിഫലിച്ചു. അതേ അവസരത്തിൽ, ആര്യസംസ്കാരത്തിന്റെ വളർച്ചയിൽ നിസ്സാരമല്ലാത്ത പങ്കുവഹിക്കാൻ ദ്രാവിഡജനതയ്ക്കും കഴിഞ്ഞു. അന്യോന്യം വെള്ളം കടക്കാത്ത അറകളിൽ കെട്ടിനിർത്താവുന്നവയല്ല ആര്യദ്രാവിഡ സംസ്കാരങ്ങളെന്നർത്ഥം.

ഇങ്ങനെ സൈന്ധവസംസ്കാരത്തിന്റെ തകർച്ചയെ തുടർന്നുള്ള പ്രാചീനഇന്ത്യയിൽ ഒരു പുതിയ സംസ്കാരം പടുത്തുയർത്താൻ ആര്യൻമാർക്ക് കഴിഞ്ഞതിലാകട്ടെ പുതുമയില്ലതാനും. ഇന്ത്യയിലെന്ന പോലെ മറ്റ് രാജ്യങ്ങളിലും സമൂഹം വളർന്നിട്ടുള്ളത് മിക്കവാറും ഇതേ തരത്തിലാണ്.

ഇവിടത്തെ സൈന്ധവസംസ്കാരംപോലെ, അതേ കാലത്തും അതിനുമുമ്പുമായി പശ്ചിമേഷ്യയിലും ഇന്നത്തെ ചൈനാപ്രദേശത്തും ചില സാമ്രാജ്യങ്ങളും സംസ്കാരങ്ങളും രൂപപ്പെടുത്തുകയുണ്ടായിട്ടുണ്ട്. അതെല്ലാം സംബന്ധിച്ച വസ്തുതകൾ ഇപ്പോൾ പുറത്തേക്കുവന്നവയ്ക്കു പുറമെ ഇനിയും കണ്ടെടുത്ത് ഗവേഷണത്തിന് വിധേയമാക്കേണ്ടിയിരിക്കുന്നു. എങ്കിലും, സാമ്രാജ്യങ്ങൾ, സംസ്കാരങ്ങൾ എന്നിവയുടെ ഉയർച്ച, വളർച്ച, തകർച്ച എന്നിവയിലൂടെയാണ് ചരിത്രാതീത സമൂഹം ചരിത്രകാലഘട്ടത്തിലേക്ക് നീങ്ങിയതെന്ന് അനിഷേധ്യമായിത്തന്നെ പറയാം.

സൈന്ധവസംസ്കാരത്തിന്റെ തകർച്ചയെത്തുടർന്ന് ഇന്ത്യയിൽ ആര്യസംസ്കാരവും മൗര്യ–ഗുപ്താദി സാമ്രാജ്യങ്ങളും ഉയർന്നുവന്നതുപോലെ ഏതാണ്ടതേകാലത്ത് മറ്റുചില പ്രദേശങ്ങളിലും സമാന്തരമായി പല സാമ്രാജ്യങ്ങളും സംസ്കാരങ്ങളും ഉയർന്നുവന്നിട്ടുണ്ട്. ഇക്കൂട്ടത്തിൽ വിശേഷിച്ച് എടുത്തു പറയേണ്ടതാണ് പ്രാചീനഗ്രീസ്.

ദർശനം, ശാസ്ത്രസാഹിത്യം–ഇതിഹാസാദികൃതികൾ മുതലായവയിലും ഇന്ത്യയിലെ ആര്യസംസ്കാരവും പ്രാചീനഗ്രീക്കുസംസ്കാരവും തമ്മിൽ താരതമ്യപഠനം നടത്താൻ പല പണ്ഡിതന്മാരും ശ്രമിച്ചിട്ടുണ്ട്. പിന്നീടു വളർന്നുവന്ന യൂറോപ്യൻ സംസ്കാരത്തിന് അടിത്തറയിട്ടത് ഗ്രീസും പിന്നീട് റോമുമാണെന്നതുപോലെ ഇന്ത്യൻസംസ്കാരത്തിന് അടിത്തറയിട്ടത് ആര്യൻമാരുടെ കടന്നുവരവാണെന്ന സത്യവും പരക്കെ അംഗീകരിക്കപ്പെട്ടിട്ടുണ്ട്.

അതായത്, പ്രാചീനകാലത്തെ സംസ്കാരങ്ങളുടെയും സാമ്രാജ്യങ്ങളുടെയും ഉയർച്ച, വളർച്ച, തകർച്ച എന്നിവയ്ക്ക് പൊതുവിൽ ഒരു സാദൃശ്യമുണ്ട്. അവയിലൊന്നും ശാശ്വതമായി നിന്നിട്ടില്ല. പക്ഷെ, നിലനിന്നകാലത്ത് ഓരോന്നും മനുഷ്യസമൂഹത്തിന്റെ വളർച്ചയ്ക്ക് വിലയേറിയ സംഭാവനകൾ നൽകി. ആ സംഭാവനകളോരോന്നും ഒന്നുകിൽ ഇടിച്ചുതാഴ്ത്തുക, അല്ലെങ്കിൽ ഉള്ളതിലേറെ പെരുപ്പിച്ചുകാണിക്കുക–ഇതാണ് പലരും ചെയ്യുന്നത്.

താനുമായി ബന്ധപ്പെട്ട സംസ്കാരത്തിന്റെ സംഭാവനയെ ഉള്ളതിലേറെ പെരുപ്പിച്ചുകാണിക്കാനും മറ്റുള്ളവയെ ഇടിച്ചുതാഴ്ത്താനുമുള്ള ശ്രമം പലരും നടത്തുന്നു. അതിന്റെ ഒരുദാഹരണമാണ് ഇതിനുമുമ്പ് സൂചിപ്പിച്ച ആര്യ–ദ്രാവിഡസംസ്കാരങ്ങൾ അന്യോന്യം താരതമ്യപ്പെടുത്തിക്കൊണ്ടുള്ള വിവാദം.

രണ്ട്

ഒന്നിനുപുറകെ മറ്റൊന്നായി സംസ്കാരങ്ങൾ ഉയരുകയും വളരുകയും തകരുകയും ചെയ്തിട്ടുള്ളതിന്റെ പിന്നിൽ പ്രവർത്തിക്കുന്ന ശക്തിയെന്താണ്? ഈ ചോദ്യത്തിന് ചരിത്രപണ്ഡിതന്മാർ നൽകുന്ന ഉത്തരമിതാണ്: ജീവസന്ധാരണത്തിനും ജീവിതം കൂടുതൽ കൂടുതൽ നന്നാക്കുന്നതിനും മനുഷ്യൻ പ്രകൃതിയോട് നിരന്തരം പടവെട്ടുന്നു; ആ പടവെട്ടലിന്റെ ഭാഗമായി വിവിധ ജനവിഭാഗങ്ങൾ അന്യോന്യം ഏറ്റുമുട്ടുന്നു; കടന്നാക്രമണങ്ങളും വെട്ടിപ്പിടുത്തങ്ങളും കീഴടക്കലുകളും കലാപങ്ങളും നടക്കുന്നു; ഇതെല്ലാം നടത്തുന്നതിനുള്ള ആയോധനകല, അതിനാവശ്യമായ ശാസ്ത്രീയസത്യങ്ങൾ കണ്ടുപിടിക്കാനുള്ള ശ്രമം മുതലായതിലെല്ലാം സമൂഹത്തിലൊരു വിഭാഗം വ്യാപൃതരാവുന്നു; അവരുടെ പ്രവർത്തനം പ്രകൃതിയെ സംബന്ധിച്ച മനുഷ്യന്റെ അറിവും പ്രകൃതിയെ വിവിധ തരത്തിൽ ഉപയോഗിക്കാനുള്ള കഴിവും വർദ്ധിപ്പിക്കുന്നു–ഈ ക്രമത്തിൽ അപരിഷ്കൃതനായ മനുഷ്യൻ തലമുറതലമുറയായി പരിഷ്കരിച്ചുവരുന്നതിന്റെ കഥയാണ് ചരിത്രം.

ഇതിന് രണ്ടു പ്രധാന ഘട്ടങ്ങളുണ്ട്. എഴുത്തും വായനയും മനുഷ്യജീവിതത്തിന്റെ ഭാഗമല്ലാതിരുന്ന ആദ്യകാലം. അക്കാലത്ത് മനുഷ്യൻ വളരുന്നതിന്റെ കഥ രേഖപ്പെടുത്താൻ വയ്യല്ലോ. എഴുതപ്പെട്ട ചരിത്രമില്ലാത്ത കാലഘട്ടമാണത്. പിന്നീട് എഴുത്തും വായനയും തുടങ്ങിയപ്പോൾ കടന്നാക്രമണങ്ങളുടെയും വെട്ടിപ്പിടുത്തങ്ങളുടെയും കുടുംബബന്ധങ്ങളുടെയും പ്രേമത്തിന്റെയും മറ്റും കഥകൾ രേഖപ്പെടുത്തിത്തുടങ്ങി. എഴുതപ്പെട്ട ചരിത്രമില്ലാത്ത സ്ഥിതിയിൽനിന്ന് എഴുതപ്പെട്ട ചരിത്രത്തിലേക്ക് അതോടെ മനുഷ്യൻ കടക്കുന്നു. ഇതാണ് ചരിത്രത്തിന്റെ രണ്ടാംഘട്ടം.

എന്നാൽ, എഴുതപ്പെട്ട ചരിത്രമില്ലാത്ത കാലത്തും ചില ചരിത്രരേ

ഖകൾ പ്രകൃതിയിൽനിന്നുതന്നെ നമുക്ക് കിട്ടുന്നുണ്ട്. അതിലൊന്നാണ് മൊഹൻജൊദാരോവിലും ഹാരപ്പയിലും കുഴിച്ചെടുത്തപ്പോൾ കണ്ടിട്ടുള്ള നാഗരികതയുടെ അവശിഷ്ടങ്ങൾ. തകർന്നുപോയ സൈന്ധവസംസ്കാരത്തിന്റെ കാലത്ത് സമൂഹം ജീവിച്ചിരുന്നതെങ്ങനെയെന്ന് മനസ്സിലാക്കാൻ ഈ അവശിഷ്ടങ്ങൾ കുറെയൊക്കെ സഹായിക്കുന്നു.

ഈ അവശിഷ്ടങ്ങളിലൊന്ന് എഴുത്തും വായനയും തുടങ്ങിയിട്ടുണ്ടെന്ന സത്യം സൂചിപ്പിക്കുന്ന ചില ഇഷ്ടികക്കഷണങ്ങളാണ്. 'സൈന്ധവലിപി' എന്നു വിളിക്കപ്പെടുന്ന അതിൽ എഴുതിയിട്ടുള്ളതെന്താണ്, ആ ലിപിതന്നെ എത്രത്തോളം പ്രചാരത്തിൽ വന്നിരുന്നു, മുതലായ ഒട്ടേറെ ചോദ്യങ്ങൾക്ക് ഇനിയും ഉത്തരം കാണേണ്ടതായാണിരിക്കുന്നത്.

പക്ഷെ, ഇതടക്കം എല്ലാ അവശിഷ്ടങ്ങളും പരിശോധിക്കുന്ന ഒരാൾക്കു ഋഗ്വേദശ്ലോകങ്ങൾ പാടിനടന്നിരുന്ന ആര്യൻമാരുടെതിനെക്കാൾ നാഗരികതയുള്ള ഒരു സമൂഹമാണ് സിന്ധൂനദീതടത്തിലുണ്ടായിരുന്നതെന്ന് സംശയലേശമെന്യേ പറയാൻ കഴിയും.

എഴുതപ്പെട്ട ചരിത്രം തുടങ്ങിയതിൽ പിന്നീടുള്ള സ്ഥിതിയിലേക്ക് കടക്കുമ്പോൾ മറ്റൊരു പ്രയാസം നേരിടുന്നു. വേദങ്ങളടക്കം എഴുതപ്പെട്ട ഒരു കൃതിയെയും മുഖവിലക്കെടുത്തുകൂട. അവയുടെ രചയിതാക്കൾ താന്താക്കളുടെ സ്വന്തമായ വീക്ഷണംവച്ചും താല്പര്യങ്ങൾ പരിഗണിച്ചുമാണ് അതോരോന്നും രചിച്ചതെന്ന സത്യം മറക്കരുത്. ഈ കൃതികളെ ഓരോന്നിനെയും സനിഷ്കർഷവും ശാസ്ത്രീയവുമായ പരിശോധനയ്ക്കും വിമർശനത്തിനും വിധേയമാക്കണമെന്നർഥം.

വീരേതിഹാസകഥകൾ, ഐതിഹ്യങ്ങൾ, വിവിധ ദൈവങ്ങളെ സ്തുതിക്കുകയും ആരാധിക്കുകയും ചെയ്യുന്നതിലടങ്ങിയ ദാർശനിക വിശദീകരണങ്ങൾ എന്നിവക്കെല്ലാം അടിയിലൊരു ഭൗതികസാഹചര്യമുണ്ടെന്നു മനസ്സിലാക്കി അതു കണ്ടെത്താൻ ശ്രമിക്കുകയെന്ന ശ്രമകരമായ ജോലിയിലൂടെയാണ് ശാസ്ത്രീയമായ മനുഷ്യസമൂഹചരിത്രവും അതിന്റെ ഭാഗമായി ഇന്ത്യയുടെ ചരിത്രവും ആധുനിക പണ്ഡിതന്മാർ രചിച്ചുകൊണ്ടിരിക്കുന്നത്.

ഈയടിസ്ഥാനത്തിൽവേണം ആര്യൻമാരുടെ വരവും തുടർന്ന് ഇന്ത്യയിൽവന്ന സാമൂഹ്യ-സാംസ്കാരികമാറ്റങ്ങളും പരിശോധിച്ചു വിലയിരുത്തുക. ആ വഴിക്ക് നിരവധി പണ്ഡിതന്മാർ നടത്തിയ ഗവേഷണത്തിൽനിന്ന് ചില കാര്യങ്ങൾ വ്യക്തമായിട്ടുണ്ട്.

ആര്യൻമാർ, ദ്രാവിഡർ എന്ന രണ്ട് നരവംശവിഭാഗങ്ങൾ ഉണ്ടായിരുന്നുവെന്നും ആദ്യത്തെ കൂട്ടർ രണ്ടാമത്തവരെ ആക്രമിച്ചു കീഴടക്കി എന്നുമുള്ള ധാരണ അടിസ്ഥാനരഹിതമാണെന്ന് ഈ പണ്ഡിതന്മാർ അഭിപ്രായപ്പെടുന്നു. ഇന്ത്യയിലേക്കു കടന്നുവന്നത് ആര്യൻമാർ എന്ന ഒരു നരവംശവിഭാഗമല്ല. അവരിൽത്തന്നെ ഒട്ടേറെ ഗോത്രവർഗങ്ങളുണ്ടായിരുന്നു. ജീവിതമാർഗമന്വേഷിച്ച് ഒരിടത്തുനിന്ന് മറ്റൊന്നിലേക്ക് നീങ്ങുകയും പുതിയ സ്ഥലത്തുള്ളവരെ കീഴടക്കുകയും ചെയ്യാൻ ശ്രമിച്ചിരു

ന്നവർ വിവിധ ഗോത്രങ്ങളിൽപ്പെട്ടവരായിരുന്നു, അവർ തമ്മിൽത്തന്നെ പലപ്പോഴും ഏറ്റുമുട്ടിയിരുന്നു എന്നർത്ഥം. അവരുടെ ആക്രമണത്തിനു വിധേയമായ പ്രദേശങ്ങളിലുള്ളവരും വിവിധ ഗോത്രങ്ങളിൽപ്പെട്ടവരാണ്.

ഇങ്ങനെ ഗോത്രവർഗസമൂഹം തകരുന്ന പ്രക്രിയക്കിടയ്ക്ക് വാസസ്ഥലം, ആടുമാടുകളെ മേയ്ക്കാനുള്ള സൗകര്യം, ഭക്ഷ്യസാധനങ്ങൾ ശേഖരിക്കുകയും ഉല്പാദിപ്പിക്കുകയും ചെയ്യൽ എന്നീ കാര്യങ്ങളിലെല്ലാം പരസ്പരം ഏറ്റുമുട്ടിയിരുന്ന വിവിധ ജനവിഭാഗങ്ങളിൽ ഒന്നിനാണ് 'ആര്യൻമാർ' എന്ന പേർ ലഭിച്ചിട്ടുള്ളത്.

ഈ പേർ അവർക്കു കിട്ടാനുള്ള കാരണം സംബന്ധിച്ച് ചില പണ്ഡിതൻമാരുടെ അഭിപ്രായം ഇതാണ്: പതുക്കെപ്പതുക്കെയായി വന്നുകൊണ്ടിരുന്ന വളർച്ച സമൂഹത്തിൽ ഒരു വിഭാഗത്തെ മറ്റുള്ളവരുടേതിനേക്കാൾ ഉയർന്ന സാംസ്കാരികനിലവാരത്തിലെത്തിച്ചു. അവർ മറ്റുള്ളവരുടേതിൽനിന്നുയർന്നുനിൽക്കുന്ന ഒരു ഭാഷയ്ക്ക് രൂപം നൽകി. ഇങ്ങനെ ഔൽകൃഷ്ട്യം നേടിയ ഭാഷ 'ആര്യഭാഷ' എന്ന പേരിൽ അറിയപ്പെട്ടു തുടങ്ങി. ഇതാണ് പിന്നീട് സംസ്കൃതമായി വളർന്നത്.

ഈ ഭാഷ ഉപയോഗിക്കുന്ന മുന്നോക്കവിഭാഗക്കാരാകട്ടെ, വിവിധ ഗോത്രവർഗങ്ങളിൽപെട്ടവരായിരുന്നുതാനും. അതായത് 'ആര്യൻമാർ' എന്ന ഒരു നരവംശ വിഭാഗമല്ല. വിവിധ നരവംശങ്ങളിൽപ്പെട്ടവരിൽ ചെറിയൊരു വിഭാഗം നേടിയ പുരോഗതിയെ സൂചിപ്പിക്കുന്ന 'ആര്യഭാഷ'യ്ക്ക് രൂപം നൽകുകയും അതുപയോഗിച്ച് ഋഗ്വേദാദികൃതികൾ രചിക്കുകയും ചെയ്തവർ 'ആര്യൻമാർ' ആയിത്തീർന്നു.

ഇതും ഇതുപോലുള്ള മറ്റ് വിവാദ പ്രശ്നങ്ങളും മാറ്റിവച്ചാൽത്തന്നെ ഒരു കാര്യം വ്യക്തമാകും: സൈന്ധവസംസ്കാരത്തിന്റെ തകർച്ചയെ തുടർന്ന് ആ പ്രദേശത്തുളവായ ശൂന്യതയിലേക്ക് കടന്നുവന്നവരും 'ആര്യൻമാർ' എന്ന പൊതുപേരിൽ അറിയപ്പെടുന്നവരും ആയ ജനവിഭാഗം അതേവരെ നിലവിലിരുന്ന ഗോത്രവർഗസമൂഹത്തെ തകർത്ത് പുതിയൊരു സമൂഹം കെട്ടിപ്പടുക്കാൻ സഹായിച്ചു. സൈന്ധവസംസ്കാരത്തിന്റേതിനേക്കാൾ പിന്നണിയിൽ കിടന്നവരെങ്കിലും ഈ പ്രദേശത്ത് അന്നു നിലവിലുണ്ടായിരുന്ന ഗോത്രവർഗജനവിഭാഗങ്ങളെ അപേക്ഷിച്ച് വളർച്ച പ്രാപിച്ചവരായിരുന്നു ആര്യജനവിഭാഗങ്ങൾ. തങ്ങളുടെ ആക്രമണത്തിനിരയാവുന്ന തദ്ദേശീയരുടേതിനേക്കാൾ കൂടുതൽ മൂർച്ചയുള്ള ആയുധങ്ങൾ, കൂടുതൽ വേഗത്തിൽ സഞ്ചരിക്കാൻ സഹായിക്കുന്ന വാഹനങ്ങൾ എന്നിവ അവർക്കുണ്ടായിരുന്നു. അതുകൊണ്ട് തദ്ദേശീയ ഗോത്രവർഗങ്ങളെ കീഴടക്കി അവരുടെ ഭൂമിയും മറ്റ് സ്വത്തുക്കളും സ്വന്തമാക്കാനും തങ്ങളുടെ ആക്രമണത്തിനിരയായവരെക്കൊണ്ട് ദാസ്യവേല ചെയ്യിക്കാനും അവർക്കു കഴിഞ്ഞു. അങ്ങനെ കീഴടക്കപ്പെട്ട 'ദാസൻമാർ', കീഴടക്കിയ 'ആര്യൻമാർ' എന്ന രണ്ടു വിഭാഗമായി സമൂഹം പിരിഞ്ഞു. അറിയപ്പെട്ട വസ്തുതകളുടെ വെളിച്ചത്തിൽ ഇന്ത്യയിലെ വർഗവിഭജനത്തിന്റെ, മേലാള–കീഴാളവിഭജനത്തിന്റെ തുടക്കമായിരുന്നു ഇത്. ഒരു

സമൂഹത്തിലെ എല്ലാ ജനങ്ങളും ഒരേപോലെയല്ല ഭക്ഷണം, വസ്ത്രം, പാർപ്പിടം തുടങ്ങിയ തങ്ങളുടെ ജീവിതാവശ്യങ്ങൾ നേടുന്നത്. ചിലർ കൃഷിചെയ്യുന്നു. ചിലർ കൈത്തൊഴിലുകളിലേർപ്പെടുന്നു, ചിലർ ഈശ്വരപ്രാർത്ഥന നടത്തുന്നു. ഇനിയും ചിലർ ശത്രുനിഗ്രഹം നടത്തുന്നു... ഇവരോരുത്തർക്കും തങ്ങളുടേതായ അനുഭവങ്ങളുമുണ്ട്. ഈ അനുഭവങ്ങളുടെ വെളിച്ചത്തിൽ ഓരോ വിഭാഗത്തിനും ലോകത്തെയും സമൂഹത്തെയും ഒക്കെപ്പറ്റി അതതിന്റേതായ ബോധവുമുണ്ടായിരിക്കും. ഇങ്ങനെയുള്ള സവിശേഷജനവിഭാഗങ്ങളെയാണ് വർഗങ്ങൾ എന്നു പറയുന്നത്.

ഇതേപോലൊരു പ്രക്രിയ മറ്റു ചിലയിടത്തും ഏതാണ്ടിതേകാലത്ത് നടക്കുകയുണ്ടായി. ഇവിടെ 'ദാസ'ൻമാരും 'ആര്യ'ൻമാരും രൂപംകൊണ്ടതുപോലെ പുരാതനഗ്രീസിൽ അടിമകളും യജമാനൻമാരുമുണ്ടായി. ജനസമൂഹത്തിൽ ഭൂരിപക്ഷംവരുന്ന അടിമകളെക്കൊണ്ട് വേലചെയ്യിച്ച് യജമാനൻമാർ ജീവിക്കുകയെന്ന ഈ സ്ഥിതിക്കാണ് അടിമത്തവ്യവസ്ഥ എന്നു വിളിക്കുന്നത്. ആദ്യം ഗ്രീസിൽ രൂപംപൂണ്ട ഈ വ്യവസ്ഥ പിന്നീട് റോമിലേക്കും മറ്റു യൂറോപ്യൻ രാജ്യങ്ങളിലേക്കും വ്യാപിച്ചു. മനുഷ്യസമൂഹത്തിന്റെ പുരോഗതിയിൽ പ്രധാന പങ്കുവഹിച്ച ഒരു ഘട്ടമാണ് അടിമത്തത്തിന്റേതെന്ന് പണ്ഡിതൻമാർ കരുതുന്നു.

അടിമത്തവ്യവസ്ഥ ക്രൂരമാണ്. ജനങ്ങളിൽ ഭൂരിപക്ഷത്തെ പട്ടിണിയിലേക്കും സാംസ്കാരികപിന്നോക്കാവസ്ഥയിലേക്കും തള്ളിവിട്ട് ഒരു ന്യൂനപക്ഷത്തിന് നല്ല ജീവിതം നയിക്കാനുള്ള ഏർപ്പാടുണ്ടാക്കുന്നഒരു വ്യവസ്ഥയാണത്. സ്വാഭാവികമായും ദുരിതമനുഭവിക്കുന്ന ഈ ഭൂരിപക്ഷം ഇതിനെതിരായിത്തീരുന്നു. അവരുടെ എതിർപ്പിനെ അടക്കിനിർത്താൻവേണ്ട മർദനസംവിധാനവും ആ വ്യവസ്ഥയുടെ ഭാഗമാണ്. മനുഷ്യസ്നേഹിയായ ഒരാൾക്ക് ഈ വ്യവസ്ഥയോട് സന്ധിചെയ്യാൻ വയ്യ.

പക്ഷെ, ബഹുഭൂരിപക്ഷത്തെ പട്ടിണിക്കും സാംസ്കാരികപിന്നോക്കാവസ്ഥയ്ക്കും ഇരയാക്കിക്കൊണ്ടാണെങ്കിലും, ഒരു ന്യൂനപക്ഷത്തിന് സാംസ്കാരികമായി വളരാനുള്ള സാഹചര്യം ഈ ചൂഷണവ്യവസ്ഥയുടെ ഫലമായി രൂപംപൂണ്ടു. ഈ ന്യൂനപക്ഷത്തിന്റെ സാംസ്കാരിക പ്രവർത്തനങ്ങളാകട്ടെ, കാലക്രമത്തിൽ മനുഷ്യസമൂഹത്തിന്റെ മുഴുവൻ കൂട്ടുസ്വത്തായി വളരുകയുംചെയ്തു. മനുഷ്യസമൂഹത്തിന്റെ സാംസ്കാരിക ചരിത്രത്തിൽ അതിപ്രധാനമായ പങ്കുവഹിക്കുന്ന ഗ്രീക്കുസംസ്കാരം അടിമത്തത്തെ ആസ്പദമാക്കിയതായിരുന്നുവെന്ന് ചൂണ്ടിക്കാണിച്ചുകൊണ്ട് എംഗൽസ് പറയുകയുണ്ടായി:

> അടിമത്തമില്ലെങ്കിൽ ഗ്രീക്കുസംസ്കാരവും റോമൻസാമ്രാജ്യവുമില്ല; ഗ്രീക്കുസംസ്കാരവും റോമൻസാമ്രാജ്യവുമില്ലെങ്കിൽ ആധുനികയൂറോപ്പില്ല; ആധുനികയൂറോപ്പില്ലെങ്കിൽ ആധുനികസോഷ്യലിസമില്ല; അപ്പോൾ അടിമത്തമില്ലെങ്കിൽ സോഷ്യലിസവുമില്ലെന്ന് നമുക്ക് പറയാൻകഴിയും.

പ്രാകൃതസമൂഹത്തിൽ ചൂഷണവും മർദനവുമില്ലായിരുന്നു എന്നതു നേരാണ്. അതുകൊണ്ട് ആ സമൂഹത്തെ പ്രാകൃതകമ്യൂണിസ്റ്റ് സമൂഹം എന്നുവിളിക്കാറുണ്ട്. മിക്കവാറും പൂർണമായ സാമൂഹ്യസമത്വം നില നിന്നിരുന്ന സമൂഹമാണത് എന്നതിലും തർക്കമില്ല. പക്ഷെ, ആ സമത്വ ത്തിനും ചൂഷണരഹിത സാമൂഹ്യവ്യവസ്ഥയ്ക്കും ഒരു മറുവശമുണ്ട്; സാമ്പത്തികമായി നോക്കിയാലും സാംസ്കാരികമായി നോക്കിയാലും, വളരെ വളരെ താണജീവിതമാണ് അവർക്കുണ്ടായിരുന്നത്. മൃഗങ്ങളു ടേതിൽനിന്ന് ചെറിയൊരതിരുവരെ മാത്രമേ അവർ വളർന്നിരുന്നുള്ളു. ആ സ്ഥിതിമാറ്റി ഉല്പാദനരീതി—ജീവിക്കാനാവശ്യമായ സാധനസാമ ഗ്രികൾ ഉണ്ടാക്കാനുള്ള കഴിവും ഉണ്ടാക്കുന്നരീതിയും—അഭിവൃദ്ധിപ്പെ ടുത്തുക, ദാർശനികവും ശാസ്ത്രീയവും സാഹിത്യപരവും മറ്റുമായ പുരോഗതിക്ക് വഴിവയ്ക്കുക, ഇത്തരം സംരംഭങ്ങളിൽ ഏർപ്പെടാൻവേണ്ട സമയവും സാവകാശവും ഒരു ചെറുന്യൂനപക്ഷത്തിനെങ്കിലും നൽകു ക–ഇതൊക്കെയാണ് അടിമത്തം ചെയ്തത്.

ന്യൂനപക്ഷത്തിനുമാത്രം ലഭിച്ച ഈ സൗകര്യവും സാവകാശവും ജനങ്ങൾക്കാകെ കിട്ടാറാക്കാൻ നൂറ്റാണ്ടുകളോളം നീണ്ടുനിന്ന സാമൂ ഹ്യവളർച്ചയും വ്യത്യസ്ത വർഗങ്ങൾ തമ്മിലുള്ള സമരങ്ങളും വേണ്ടി വന്നു. അടിമത്തം, ഫ്യൂഡലിസം, മുതലാളിത്തം എന്ന മൂന്നുരൂപത്തിൽ ചൂഷണവ്യവസ്ഥ, അല്ലെങ്കിൽ വർഗസമൂഹം വളർന്നു. ഇതിലവസാന ത്തേതായ മുതലാളിത്തത്തിലാണ് എല്ലാവിധ ചൂഷണങ്ങളും വർഗവൈ രുദ്ധ്യങ്ങളും ഇല്ലാതായിക്കൊണ്ടുള്ള ഒരു പുതിയ സമൂഹം കെട്ടിപ്പടു ക്കാൻവേണ്ട സാഹചര്യവും അതുപയോഗിക്കാൻ കഴിവുള്ള സാമൂഹ്യ ശക്തിയെന്ന നിലയ്ക്ക് തൊഴിലാളിവർഗവും രൂപംകൊള്ളുന്നത്.

പ്രാകൃതകമ്യൂണിസത്തിലേതിനെക്കാൾ എത്രയോ കൂടുതൽ സുഖസമൃദ്ധവും ഐശ്വര്യപൂർണവുമായ ജീവിതം, അന്നത്തേതുപോ ലെതന്നെ സമത്വപൂർണവും ചൂഷണരഹിതവുമായ സാമൂഹ്യബന്ധങ്ങൾ –ഇതുരണ്ടുമുള്ള ആധുനികകമ്യൂണിസ്റ്റ് സമൂഹം ഇതോടെ ഉയർന്നുവ രുന്നു. അതിനുവേണ്ട കളമൊരുക്കുന്നത് അടിമത്തം, ഫ്യൂഡലിസം, മുത ലാളിത്തം എന്നീ മൂന്നുരൂപങ്ങളിൽ വളർന്ന സമൂഹത്തിലെ വർഗവൈ രുധ്യങ്ങളാണ്.

ഗ്രീസിൽ അടിമത്തത്തിന്റെ രൂപത്തിലെന്നപോലെ ഇന്ത്യയിൽ മറ്റൊരു രൂപത്തിലും വർഗസമൂഹം ഉയർന്നുവന്നു. പക്ഷെ, അടിമകളും യജമാനൻമാരുമെന്ന ഗ്രീസിലെ *വർഗ*വിഭജനത്തിനുപകരം ഇവിടെയു ണ്ടായത് ദാസൻമാർ, ആര്യൻമാർ എന്ന രൂപത്തിലുള്ള വർണവിഭജന മാണ്. ഇതാണ് പിന്നീട് ചാതുർവർണ്യത്തിലൂടെ നിരവധി ജാതികളും ഉപജാതികളുമുള്ള വ്യവസ്ഥയായി വളർന്നത്.

മൂന്ന്

തദ്ദേശീയ ഗോത്രസമൂഹങ്ങൾക്കെതിരെ ആക്രമണയുദ്ധങ്ങൾ നടത്തി അവരെ കീഴടക്കിക്കൊണ്ടിരുന്ന ആര്യജനവിഭാഗങ്ങൾക്ക് തങ്ങളുടെ ജോലി സമർത്ഥമായി ചെയ്യാൻ കഴിയത്തക്കവിധത്തിൽ ചെറിയ ഒരു തൊഴിൽവിഭജനം ആദ്യംതന്നെ നടത്തേണ്ടിവന്നു. ആയുധങ്ങളുപയോഗിച്ച് ആയോധനം നടത്തിയിരുന്നവർ, ആയോധനത്തെ പലതരത്തിലും സഹായിക്കുന്ന പ്രാർഥനകളും ചടങ്ങുകളും നിറവേറ്റുന്നവർ എന്നതാണ് ഈ വിഭാഗങ്ങൾ. ഇതിലാദ്യത്തെ കൂട്ടർ 'ക്ഷത്രിയ'രും രണ്ടാമത്തവർ 'ബ്രാഹ്മണരു'മായി മാറി. ഈ രണ്ടുമല്ലാത്ത ഒരു വിഭാഗം വിശ് എന്നപേരിൽ അറിയപ്പെട്ടു. ഇവരാണ് പിന്നീട് "വൈശ്യ"രായി മാറിയത്. ഈ മൂന്നുവിഭാഗങ്ങളിൽപ്പെട്ട ആക്രമണകാരികളുടെ ആക്രമണത്തിനിരയായി കീഴടക്കപ്പെട്ട ദാസൻമാർ 'ശൂദ്രരാ'യും മാറി. ഇതിലാദ്യത്തെ മൂന്നുകൂട്ടർ ഭരണവർഗങ്ങളിൽപ്പെട്ടവർ, നാലാമത്തവർ ഭരണീയർ–ഇതാണ് ഇന്ത്യയിലെ വർഗ (വർണ) വിഭജനത്തിന്റെ ആദ്യത്തെ രൂപം.

അടിമയുടമബന്ധം ഗ്രീസിലെന്തുചെയ്തുവോ അതുതന്നെയാണ് ഈ വർണവിഭജനം ഇന്ത്യയിലും ചെയ്തതെന്ന് കാണാൻ വിഷമമില്ല. ആയോധനകല, അതിന്റെ വളർച്ചയിലൂടെ രൂപംകൊള്ളുന്ന വിവിധ സാങ്കേതിക മാർഗങ്ങൾ, പ്രാർത്ഥനകളിലൂടെയും ചടങ്ങുകളിലൂടെയും രൂപംപ്രാപിക്കുന്ന പ്രപഞ്ചവീക്ഷണം, സാമ്പത്തികവളർച്ചയുടെ ഫലമായി നിലവിൽ വരുന്ന ഉല്പാദന–വിതരണ പ്രക്രിയ—ഇതിലെല്ലാം നൈപുണ്യം നേടാൻ കഴിവുള്ള ഒരു ഉപരിവർഗം രൂപംകൊണ്ടു. അടിമകളുടെ അധ്വാനഫലമനുഭവിക്കുന്ന ഗ്രീസിലെ ഉടമകളെപ്പോലെ 'ദാസ'ൻമാരുടെ അല്ലെങ്കിൽ 'ശൂദ്ര'രുടെ അധ്വാനഫലമനുഭവിക്കുന്ന 'ദ്വിജ'ൻമാർ—ക്ഷത്രിയരും ബ്രാഹ്മണരും വൈശ്യരും—ഇന്ത്യയിൽ

ഉയർന്നുവന്നു. ഈ നാലുകൂട്ടരാണ് ചാതുർവർണ്യത്തിലെ നാലുവർണ ങ്ങൾ അഥവാ ജാതികൾ.

ക്രമേണ ക്രമേണയായി, സാങ്കേതികവും സാമ്പത്തികവുമായ പുരോഗതിയെതുടർന്ന്, 'ദാസ'ൻമാരിലും 'ദ്വിജ'ൻമാരിലും ഒരുപോലെ ശാഖോപശാഖകൾ തഴച്ചുവളർന്നു. ദാസ്യവേല, ആയോധനമുറ, മത പരമായ ചടങ്ങുകളും ഈശ്വരാരാധനയും മുതലായ ഓരോ ജോലിയിലും നിരവധി വിഭാഗങ്ങൾ, അവരിലോരോന്നിലും വൈദഗ്ധ്യം നേടിയവർ —ഈ നിലക്കുയ്ള്ള തൊഴിൽവിഭജനം വ്യാപകമാകാൻ തുടങ്ങിയ തോടെ ആദ്യകാലത്തെ മൂന്നു 'ദ്വിജ'വർണങ്ങളും 'ദാസ'ൻമാരും നൂറ്റു കണക്കിൽ ജാതികളും ഉപജാതികളുമായി വളർന്നു. ഇന്ത്യയുടെ സാമൂ ഹ്യവളർച്ചയുടെ ഒരു സവിശേഷ രൂപമാണിത്.

ചാതുർവർണ്യം രൂപംകൊള്ളുന്നതിനുമുമ്പ് ഇന്ത്യയിൽ വർഗവിഭ ജനമുണ്ടായിരുന്നില്ലേ എന്ന സംശയം ഇപ്പോഴും നിലവിലുണ്ട്. സൈന്ധ വസംസ്കാരത്തിന്റെ കാലത്ത് അടിമത്തവ്യവസ്ഥ നിലവിലിരുന്നുവെന്നു തോന്നിക്കുന്ന ചില അവശിഷ്ടങ്ങൾ ഹാരപ്പയിലും മോഹൻജൊദാരോ യിലും കണ്ടെടുത്തിട്ടുണ്ട്. പക്ഷെ, അതുസംബന്ധിച്ച വാദവിവാദങ്ങൾ അവസാനിച്ചിട്ടില്ല.

മാത്രമല്ല, അടിമത്തം നിലവിലിരുന്ന ഒന്നാണ് സൈന്ധവസമൂഹ മെങ്കിൽ അതിന്റെ രൂപമെന്ത്, ആ സമൂഹം തകർന്നതെന്തുകൊണ്ട്, മുത ലായ പല പ്രശ്നങ്ങളും അവശേഷിക്കുന്നു. വർണവിഭജനം അല്ലെങ്കിൽ ചാതുർവർണ്യം രൂപംകൊണ്ട കാലത്ത് അതിനു കളമൊരുക്കിയ സമൂ ഹത്തിൽ–സൈന്ധവസമൂഹം തകർന്നതിനുശേഷമുള്ള ഇന്ത്യയിലെ ന്നർത്ഥം–യാതൊരു തരത്തിലുമുള്ള വർഗവിഭജനമോ വർണവിഭജനമോ ഉണ്ടായിരുന്നില്ലെന്നുമാത്രം ഉറപ്പിച്ചുപറയാം.

ആര്യൻമാർ എന്ന പൊതുപേരിലറിയപ്പെടുന്ന ആക്രമണകാരി ഗോത്രവർഗങ്ങൾ ഇങ്ങോട്ടു കടന്നുവരുന്നകാലത്ത് ഇന്ത്യയിൽ നിലനി ന്നിരുന്നത് മിക്കവാറും പ്രാകൃതകമ്യൂണിസത്തിന്റെ രൂപത്തിലുള്ള ഗോത്രവർഗസമൂഹമാണ്; അത് തകർത്ത് വർണവിഭജനത്തിന്റെ രൂപ ത്തിൽ വർഗസമൂഹം രൂപപ്പെടുത്തിയത് ആര്യൻമാരുടെ ആക്രമണമാണ്; അന്നുതൊട്ടാണ് അറിയപ്പെടുന്ന ഇന്നത്തെ ഇന്ത്യൻസംസ്കാരം രൂപ പ്പെടാൻ തുടങ്ങിയത്–ഇത്രയും കാര്യങ്ങൾ സംശയാതീതമാണ്.

എന്നാൽ, ആര്യൻമാരുടെ ആക്രമണത്തിനു വിധേയമായ വടക്കെ ഇന്ത്യയിൽ മാത്രമേ ഈ പ്രക്രിയ നടന്നിരുന്നുള്ളുവെന്ന് കരുതുന്നത് അബദ്ധമായിരിക്കും. ഇതിനുമുമ്പ് ചൂണ്ടിക്കാണിച്ചതുപോലെ, വടക്കെ ഇന്ത്യയിലെ ആര്യസംസ്കാരത്തിനു സമാന്തരമായി, തെക്കെഇന്ത്യയിൽ ദ്രാവിഡസംസ്കാരം വളർന്നിരുന്നു.

പക്ഷെ, വടക്കെ ഇന്ത്യയിലെന്നപോലെ, വെളിയിൽനിന്നുവന്ന ആക്രമണകാരികളല്ല, ഇവിടെത്തന്നെയുള്ള ചില ഗോത്രവർഗങ്ങളാണ്, മറ്റ് വർഗങ്ങളെ കീഴടക്കി അവരുടെമേൽ മേധാവിത്വംസ്ഥാപിച്ചത്. വടക്ക്

ആര്യൻമാരുടെ ആക്രമണത്തിനു തദ്ദേശീയർ കീഴടങ്ങുകയും വർണ വിഭജനത്തെ ആസ്പദമാക്കി സമൂഹം സംഘടിക്കുകയും ചെയ്തുകൊണ്ടിരുന്നപ്പോൾ തെക്കും ആക്രമണ പ്രത്യാക്രമണങ്ങൾ, വെട്ടിപ്പിടുത്തങ്ങൾ മുതലായവ നടന്നിരുന്നു. ഇതിനു നേതൃത്വം നൽകിയ സേനാനായകരുടെയും ഭരണമേധാവികളുടെയും അപദാനങ്ങൾ പ്രകീർത്തിച്ചുകൊണ്ട് തെക്കെഇന്ത്യയിലെ ആര്യഭാഷയായ ചെന്തമിഴിൽ രചിക്കപ്പെട്ട സാഹിത്യകൃതികൾ വിശ്വസിക്കാമെങ്കിൽ വടക്കുനിന്നു തെക്കോട്ടെന്നപോലെ മറിച്ചും ആക്രമണയുദ്ധങ്ങൾ നടന്നിട്ടുണ്ട്. ഇവിടത്തെ പ്രാകൃതകമ്യൂണിസ്റ്റ് ഗോത്രസമൂഹം തകർന്നത് വെളിയിൽനിന്നുള്ള ആക്രമണംകൊണ്ടല്ല, ഇവിടെത്തന്നെ ആക്രമണകാരികൾ ഉയർന്നുവന്നതുകൊണ്ടാണ് എന്നു പറയാൻ ഏതായാലും മടിക്കേണ്ടതില്ല.

വർണവിഭജനത്തിലൂടെ ജാതിമേധാവിത്വത്തിലേക്ക് വളർന്ന ഇന്ത്യൻ സമൂഹവും അടിമത്തത്തിലൂടെ ഫ്യൂഡലിസത്തിലേക്കും പിന്നീട് മുതലാളിത്തത്തിലേക്കും ഉയർന്ന യൂറോപ്യൻസമൂഹങ്ങളും തമ്മിൽ ഒരു പ്രധാന വ്യത്യാസമുണ്ടെന്നുകൂടി ഇവിടെ പറഞ്ഞുവയ്ക്കേണ്ടതുണ്ട്. അടിമകളും ഉടമകളും, അടിയാളരും തമ്പുരാക്കൻമാരും, തൊഴിലാളികളും മുതലാളിമാരും—ഈ അടിസ്ഥാനത്തിലുള്ള വർഗവിഭജനമാണ് അവിടെ രൂപംകൊണ്ടത്. തുറന്നരീതിയിലുള്ള ചൂഷണവും മർദനവും നടത്തി യാതൊരു ഒളിച്ചുകളിയുമില്ലാതെ, ചൂഷകർ ചൂഷിതരെ അടക്കിഭരിക്കുന്ന വ്യവസ്ഥയുടെ വിവിധരൂപങ്ങളാണ് അവിടെ പ്രത്യക്ഷപ്പെട്ടതെന്നർത്ഥം.

ഇന്ത്യയിലെ വർണ(ജാതി) വിഭജനത്തിലാകട്ടെ, ചൂഷണവും മർദനവും മൂടിവയ്ക്കപ്പെട്ടിരിക്കുകയാണ്. 'കീഴ്ജാതി'കൾ മേൽജാതികൾക്ക് കീഴ്പ്പെട്ടുകൊണ്ടാണ് കഴിയുന്നതെങ്കിലും, ഓരോ ജാതിയിലും പെട്ടവർക്ക് അവരവരുടേതായ സഹോദര്യബോധവും സമത്വവുമുണ്ട്. പ്രാചീനകമ്യൂണിസ്റ്റ് ഗോത്രവ്യവസ്ഥയിൽ ഗോത്രവർഗജനാധിപത്യമെന്നപോലെ വർണ(ജാതി) വ്യവസ്ഥയിലും ജാതിക്കൂട്ടങ്ങൾ, അവയിലൂടെ പ്രകടമാകുന്ന ജാതീയസമത്വവും ജനാധിപത്യവും എന്നിവയെല്ലാം വർണ(ജാതി) വ്യവസ്ഥയുടെ ആദ്യകാലങ്ങളിലുണ്ടായിരുന്നു.

കൂടാതെ, 'കീഴ്ജാതി'യിൽത്തന്നെ ഭൂരിപക്ഷവും ചില മേൽജാതികൾക്ക് കീഴിലാണെങ്കിലും മറ്റു ചിലവയ്ക്ക് മേലെയുമാണ്. ആ സ്ഥിതിക്ക് വർണ(ജാതി) വ്യവസ്ഥയുടെ ഫലമായി ദുരിതങ്ങളനുഭവിക്കുന്നവർക്കുതന്നെ സ്വന്തം ജാതിയെക്കുറിച്ച് അഭിമാനവും അതിന്റെ ഐക്യം നിലനിർത്താനുള്ള വ്യഗ്രതയും തങ്ങളുടേതിനു കീഴെയുള്ള ജാതികളെ അടക്കിനിർത്തുന്നതിൽ മേൽജാതിക്കാരുമായി സഹകരണബന്ധവുമടങ്ങുന്ന ഒരു വീക്ഷണമാണുള്ളത്.

എല്ലാറ്റിലും മീതെയാണ് വർണ(ജാതി)വ്യവസ്ഥയ്ക്കു ചുറ്റുമുള്ള മതപരമായ ആവരണം. 'ഈശ്വരസ്രഷ്ട'മാണ് വർണ(ജാതി)വ്യവസ്ഥയെന്ന വിശ്വാസം, അതുകൊണ്ട് വർണ(ജാതി)നിയമങ്ങൾ അക്ഷരംപ്രതി

അനുസരിക്കാനുള്ള സന്നദ്ധത–ഇതെല്ലാം നിമിത്തം 'കീഴ്ജാതി'ക്കാർ പൊതുവെ തങ്ങൾക്കു പേറേണ്ടിവരുന്ന നുകം സസന്തോഷം പേറുകയാണ്.

ഗ്രീസിലും അടിമത്തവ്യവസ്ഥ നിലവിൽവന്ന മറ്റ് രാജ്യങ്ങളിലും ഉടമകൾക്കെതിരായി അടിമകളുടെ എണ്ണമറ്റ കലാപങ്ങൾ–സ്പാർട്ടക്കസ്സിന്റെയും മറ്റും നേതൃത്വത്തിൽ നടന്നതുപോലുള്ള കലാപങ്ങൾ–നടന്നിട്ടുണ്ട്. അതിക്രൂരമായ മർദനനടപടികളിലൂടെ അവയെ അടിച്ചമർത്തിയിട്ടാണ് ഉടമവർഗം തങ്ങളുടെ മേധാവിത്വം നിലനിർത്തിയത്. എങ്കിലും, അവസാനം അടിമകളുടെ കലാപം ഒരർത്ഥത്തിൽ വിജയിച്ചു: പ്രത്യക്ഷമായ അടിമത്തത്തിനുപകരം അത്രതന്നെ പ്രത്യക്ഷമല്ലാത്ത അടിമത്തം, അല്ലെങ്കിൽ അടിയാളവ്യവസ്ഥ (ഫ്യൂഡലിസം), നിലവിൽവന്നു. ഈ പുതിയ വ്യവസ്ഥയ്ക്കകത്തും യജമാനൻമാർക്കെതിരായി അടിയാളർ കലാപങ്ങൾ നടത്തി. അവയുടെ പരിണതഫലമെന്ന നിലയ്ക്കാണ് ഫ്യൂഡൽവിരുദ്ധ ബൂർഷ്വാവിപ്ലവം യൂറോപ്പിൽ നടന്നത്.

ഇന്ത്യയിലാകട്ടെ, വർണവിഭജനത്തിന്റെ തുടക്കംമുതൽ ബ്രിട്ടീഷ് ഭരണത്തിന്റെ ആവിർഭാവംവരെ യൂറോപ്പിലേതുപോലുള്ള കലാപങ്ങളൊന്നുമില്ലാത്തതരത്തിലാണ് സമൂഹം പുരോഗമിച്ചത്. വർണ (ജാതി) വ്യവസ്ഥയോടുള്ള ജനകീയ എതിർപ്പുതന്നെ ദാർശനികവും മതപരവുമായ വിയോജിപ്പുപ്രസ്ഥാനങ്ങളുടെ രൂപമാണ് കൈക്കൊണ്ടത്.

ദാർശനികരംഗത്ത് ലോകായതൻമാരും മറ്റ് ഭൗതികവാദികളും നടത്തിയ സമരം, ബ്രഹ്മണമതത്തെ വെല്ലുവിളിച്ചുകൊണ്ട് ഉയർന്നുവന്ന ബൗദ്ധ–ജൈനമതവിഭാഗങ്ങളുടെ മുന്നേറ്റം, പിന്നീട് ഇസ്ലാമും ക്രിസ്തുമതവും ഇന്ത്യയിലേക്കു കടന്നുവന്നപ്പോൾ അവയ്ക്ക് 'കീഴ് ജാതി' ക്കാരിൽ ഒരു വിഭാഗത്തിൽനിന്നുകിട്ടിയ സ്വീകരണം–ഇതെല്ലാം വർണ(ജാതി) വ്യവസ്ഥയ്ക്കെതിരായി ജനങ്ങളിൽ വളർന്നുവന്ന അസംതൃപ്തിയുടെ പ്രകടനങ്ങളായിരുന്നു. ഈ രൂപങ്ങളിലല്ലാതെ വർണ (ജാതി) വ്യവസ്ഥയെ നേരിട്ട് വെല്ലുവിളിക്കുന്ന രാഷ്ട്രീയകലാപങ്ങൾ ഇന്ത്യയിൽ പൊട്ടിപ്പുറപ്പെടുകയുണ്ടായില്ല.

ദാർശനികവും മതപരവുമായ രൂപത്തിൽ നടന്ന ഈ സംഘട്ടനമാകട്ടെ. 'ദ്വിജ'വിഭാഗങ്ങളുടെ മേധാവിത്വത്തിന് ഒരു പോറൽപോലും ഏൽപ്പിച്ചില്ല. ലോകായതരടക്കം പ്രാചീന ഇന്ത്യയിലെ ഭൗതികവാദികളെയെല്ലാം പരാജയപ്പെടുത്തുക മാത്രമല്ല അവരുടെ പ്രധാനകൃതികൾ പലതും നശിപ്പിക്കപ്പെടുകകൂടി ചെയ്യാൻ 'ദ്വിജ'ൻമാരായ ദാർശനികർക്കു കഴിഞ്ഞു. ലോകായതർ എന്ന ഒരു വിഭാഗം ഉണ്ടായിരുന്നുവെന്ന് അനന്തരതലമുറകൾ മനസ്സിലാക്കുന്നതുതന്നെ അവരുടെ വാദമുഖങ്ങൾ ഖണ്ഡിക്കുന്നതിനുവേണ്ടി എതിരാളികൾ കൊടുത്ത ഉദ്ധരണികളിൽനിന്നുമാത്രമാണ്. മൂലകൃതികളെല്ലാം നശിപ്പിച്ചിരിക്കുന്നുവെന്നു വ്യക്തം.

തികച്ചും ഭൗതികമായ അടിസ്ഥാനത്തിൽ പഠനഗവേഷണങ്ങൾ നടത്തി മനുഷ്യജീവിതവും ശരീരഘടനയും ബാഹ്യപ്രപഞ്ചവും മറ്റും

മനസ്സിലാക്കാൻ ശ്രമിച്ച വിവിധ ശാസ്ത്രമേഖലകളിലെ വിദഗ്ധർപോലും തികച്ചും ഭൗതികമായ അടിസ്ഥാനത്തിൽ തങ്ങൾ ചെന്നെത്തിയ നിഗമനങ്ങൾക്ക് സാധുത നൽകാൻ 'ഈശ്വരാനുഗ്രഹ'വും 'ഈശ്വരപ്രീതി'യും തേടി പോയി. വൈദ്യശാസ്ത്രം, ജ്യോതിശ്ശാസ്ത്രം, ഗണിതവിജ്ഞാനം മുതലായ ശാസ്ത്രശാഖകളിൽ സമകാലികരായ മറ്റേതുരാജ്യത്തെ പണ്ഡിതൻമാരോടും കിടപിടിക്കത്തക്ക ഉൽകൃഷ്ടകൃതികൾ രചിച്ച ഇന്ത്യൻ പണ്ഡിതൻമാർ തങ്ങളുടെ ശാസ്ത്രീയപഠനത്തിന്റെയും ഗവേഷണത്തിന്റെയും ഫലം 'ദൈവദത്തവിജ്ഞാന'മാണെന്ന് പറയാൻ നിർബന്ധിക്കപ്പെട്ടു. ലോകകായതരുടെ കൃതികൾ നശിപ്പിച്ച 'ദ്വിജ' ദാർശനികരിൽനിന്ന് നിരന്തരമായുണ്ടായ സമ്മർദമാണ് ഇതിനവരെ നിർബന്ധിച്ചതെന്നതിൽ തർക്കമില്ല.

അതായത്, ആശയവാദത്തിന്റെ, ആത്മീയതയുടെ, 'സർവവും ദൈവത്തിൽ അർപ്പിക്കുന്ന' പ്രവണതയുടെ, സഹായത്തോടെ ബഹുഭൂരിപക്ഷത്തെ ആശയപരമായ അടിമത്തത്തിനിരയാക്കിക്കൊണ്ടാണ് ഇന്ത്യയിൽ വർണ (ജാതി)വ്യവസ്ഥയെന്ന രൂപത്തിൽ വർഗസമൂഹം നിലവിൽവന്നത്. മേൽജാതിക്കാർക്ക് കീഴടങ്ങാൻ മാത്രമല്ല തങ്ങൾക്കു കീഴെ നിൽക്കുന്ന ജാതിക്കാരെ അടക്കിനിർത്തുന്നതിൽ മേൽജാതിക്കാ രോട് ചേരാൻപോലും ബഹുഭൂരിപക്ഷം ജനങ്ങളെ പ്രേരിപ്പിച്ചു. ബലപ്രയോഗം കൂടാതെതന്നെ അവരെ അടക്കിനിർത്താൻ ഇതു മേൽജാതിക്കാരെ സഹായിച്ചു. മേൽജാതിക്കാർക്കിടയിലും ആശയപരമായ അടിമത്തത്തിന്റെ കനത്ത ആവരണമിട്ട്, വർണ(ജാതി) വ്യവസ്ഥയ്ക്കെതിരായി ഒരു ചെറുവിരൽപോലും അനക്കാൻ അവർക്കു കഴിയാത്ത പരിതഃസ്ഥിതി ഇതു സംജാതമാക്കി.

മേൽജാതിക്കാരിൽപോലും വളർത്തിയെടുത്ത ഈ അടിമമനോഭാവത്തിന്റെ ഒരു ദൃഷ്ടാന്തമാണ് ഞാൻ നേരത്തെ പറഞ്ഞതും അടുത്തകാലംവരെ നിലനിന്നതുമായ വേദകൃതികൾ അർഥമറിയാതെ കാണാപ്പാഠം പഠിക്കുന്ന ഏർപ്പാട്. ശാസ്ത്രീയവും സാങ്കേതികവുമായ വളർച്ചയ്ക്ക് ഒഴിവാക്കാൻ വയ്യാത്ത സ്വതന്ത്രചിന്തയെ ശ്വാസംമുട്ടിച്ചു കൊല്ലുന്ന അന്തരീക്ഷം ഇതുമൂലം ഉളവായി. സമകാലികരായ ഗ്രീക്കു ദാർശനികരോടും സാംസ്കാരികനായകരോടും കിടപിടിക്കത്തക്ക ഇന്ത്യൻ ദാർശനികരെയും സാംസ്കാരിക നായകരെയും സൃഷ്ടിക്കാൻ ആര്യസമൂഹത്തിനു കഴിഞ്ഞത് സ്വതന്ത്രചിന്തയും വിമർശനവും വളർത്തുന്നതായിരുന്നു അന്നത്തെ സാംസ്കാരികാന്തരീക്ഷമെന്നതിനാലാണ്. ഇതു പിന്നീടില്ലാതായി. അതുകൊണ്ട് ഗ്രീക്കുനാഗരികതയുടെ തുടർച്ചയായിവന്ന ആധുനിക യൂറോപ്യൻ നാഗരികതയെ അപേക്ഷിച്ച് ഇന്ത്യ എത്രയോദൂരം പുറകോട്ടു തള്ളപ്പെട്ടു. ഇതാണ് വർണ (ജാതി) വ്യവസ്ഥയും മതവീക്ഷണവുംകൂടി വരുത്തിവച്ചത്.

നാല്

വേദങ്ങൾ രചിച്ചിട്ടുള്ളത് സംസ്കൃതഭാഷയിലാണ്. എന്നാൽ സമൂഹത്തിൽ ഒരു ചെറുവിഭാഗം മാത്രമേ ആ ഭാഷ സംസാരിച്ചിരുന്നുള്ളു. ജനസാമാന്യം സംസാരിക്കുന്ന മൊഴികളെ—അവ അസംഖ്യമായിരുന്നു—'അപഭ്രംശങ്ങൾ' എന്നാണ് പൊതുവെ വിളിച്ചിരുന്നത്. സംസ്കൃതംതന്നെ ഒരേപോലെ ആയിരുന്നില്ല. അതിന് അനേകം വകഭേദങ്ങൾ ഉണ്ടായിരുന്നു. അവയെ 'പ്രാകൃതം' എന്നു വിളിച്ചുപോന്നു. ഇവയിൽ ഒന്നുമാത്രം ആണ് സംസ്കൃതനാടകങ്ങളിൽ കാണുന്ന 'പ്രാകൃതം'.

ഇന്നറിയുന്ന ഹിന്ദി, ഗുജറാത്തി, മറാത്തി, ബംഗാളി തുടങ്ങിയ ഭാഷകളൊന്നും ആദ്യകാലത്ത് അറിയപ്പെട്ടിരുന്നില്ല. ഇന്നുപോലും ഹിന്ദിയെന്നു പറഞ്ഞാൽ ഒരൊറ്റ സംസാരഭാഷയല്ലല്ലൊ. അതിന് അനേകം മൊഴിഭേദങ്ങൾ ഉണ്ട്. എങ്കിലും പൊതുവായ ഒരു ഹിന്ദിസാഹിത്യഭാഷ ഇന്നുണ്ട്. പണ്ട് ഹിന്ദിക്കോ മറ്റുഭാഷകൾക്കോ ഇങ്ങനെയുള്ള പൊതു സാഹിത്യഭാഷ ഉണ്ടായിരുന്നില്ല. വടക്ക് സംസ്കൃതത്തിനും പാലിക്കും തെക്ക് തമിഴിനും മാത്രമാണുണ്ടായിരുന്നത്. ജനസാമാന്യങ്ങൾക്കിടയിൽ നൂറ്റുകണക്കിന് മൊഴികളും ഏതാണ്ട് 800–1000 കൊല്ലം മുമ്പ്, ക്രി. പി. 1000–1200 കാലത്താണ് നാനാമൊഴികളിൽനിന്നായി, പടിഞ്ഞാറെ ഇന്ത്യയിൽ ഗുജറാത്തി, മറാത്തി മുതലായ ഭാഷകളുടെയും കിഴക്ക് ബംഗാളിയുടെയും ആദിരൂപങ്ങൾ പ്രത്യക്ഷപ്പെടാൻ തുടങ്ങിയത്. നേരത്തെ സൂചിപ്പിച്ചപോലെ തെക്ക് ഒരു 'ചെന്തമിഴും' അനേകം 'കൊടുംതമിഴുകളും' ആണുണ്ടായിരുന്നത്. ഇവയിൽനിന്ന് ആധുനിക തമിഴ്, തെലുങ്ക്, കന്നട, മലയാള ഭാഷകളുടെ ആദിരൂപങ്ങൾ പ്രത്യക്ഷപ്പെടാൻ തുടങ്ങി.

ഹിന്ദുമതത്തിലെ 'ഭക്തി'പ്രസ്ഥാനം ഈ പുതിയ ഭാഷകളുടെ

വളർച്ചയ്ക്ക് സഹായകമായി. തെക്കെഇന്ത്യയിലെ തമിഴ്ഭക്തസന്യാസിമാരാണ് ഇതാരംഭിച്ചത്. നിലവിലുള്ള ബ്രാഹ്മണമേധാവിത്വത്തിനെതിരായി ജനങ്ങളെ സംഘടിപ്പിക്കുക എന്ന ലക്ഷ്യത്തോടുകൂടി ഈ പരിഷ്കരണവാദികൾ അന്നു ബ്രാഹ്മണർക്കുമാത്രം വിധിക്കപ്പെട്ടിരുന്ന ഈശ്വരാരാധനാരൂപങ്ങൾ ശൂദ്രർക്കും മറ്റു 'താഴ്ന്ന' ജാതിക്കാർക്കും സാധ്യമാകുന്നവിധം ജനസാമാന്യത്തിനു മനസ്സിലാകുന്ന ഭാഷയിൽ എഴുതാനും പ്രസംഗിക്കാനും തുടങ്ങി. ഇവരിൽ മിക്കവരും 'താഴ്ന്ന' ജാതിയിൽ പിറന്നവരായിരുന്നു. നാമദേവൻ, മീരാബായ്, സൂർദാസ്, കബീർ, തുളസീദാസ് ഇങ്ങനെ പോകുന്നു അവരുടെ പേരുകൾ.

വിവിധഭാഷകൾ ഇങ്ങനെ രൂപംകൊള്ളാൻ തുടങ്ങിയെങ്കിലും ഇന്നറിയപ്പെടുന്ന രീതിയിൽ തമിഴൻ, ബംഗാളി, മറാഠി, തെലുങ്കൻ...തുടങ്ങിയ രീതിയിൽ ഭാഷയുടെ അടിസ്ഥാനത്തിൽ ജനസമൂഹത്തെ വേർതിരിച്ചു കാണാൻ അന്നു തുടങ്ങിയിരുന്നില്ല. മതത്തിന്റെയും ജാതിയുടെയും അടിസ്ഥാനത്തിലുള്ള വിഭജനത്തിനായിരുന്നു പ്രാബല്യം.

വേദങ്ങൾ, ഉപനിഷത്തുകൾ, വിവിധ ശാസ്ത്രശാഖകളിൽ രചിക്കപ്പെട്ട കൃതികൾ, പുരാണേതിഹാസങ്ങളും കാവ്യനാടകാദി സാഹിത്യകൃതികളും–ഇവയിലൂടെ മനുഷ്യസമൂഹത്തിന്റെ സാംസ്കാരികവളർച്ചയ്ക്ക് വിലപ്പെട്ട പല സംഭാവനകളും നൽകാൻ ആര്യസമൂഹത്തിനു കഴിഞ്ഞു. എന്നാൽ ഈ വിജ്ഞാനശാഖകളിലെല്ലാമുള്ള അനന്തരപുരോഗതി തടയത്തക്ക മുരടിപ്പ് ഇതേ സമൂഹത്തെയും സംസ്കാരത്തെയും പിന്നീട് ബാധിച്ചു. കീഴ്ജാതിക്കാരെന്നറിയപ്പെടുന്ന ബഹുഭൂരിപക്ഷം ജനങ്ങളെ സാംസ്കാരികരംഗത്തുനിന്ന് മാറ്റിനിർത്തിയെന്നു മാത്രമല്ല മേൽജാതിക്കാരിൽപ്പെട്ട ബുദ്ധിജീവികളുടെയും സാംസ്കാരികനായകരുടെയും വീക്ഷണംതന്നെ ഇടുങ്ങിയതാക്കാൻ ദാർശനിക–മതരംഗങ്ങളിൽ ഭൗതികവാദത്തിന്റേമേൽ മേൽജാതിപ്രമാണിമാരുടെ പ്രപഞ്ചവീക്ഷണം നേടിയ വിജയം സഹായിച്ചു. വൈദികസംസ്കാരത്തിന്റെ ഉത്ഭവകാലത്ത് ആഞ്ഞടിച്ചുവന്ന സാംസ്കാരിക കൊടുങ്കാറ്റ് അനന്തശതകങ്ങളിൽ കെട്ടടങ്ങി.

സാമൂഹ്യ–സാംസ്കാരിക രംഗങ്ങളിൽ പ്രകടമായ ഈ മുരടിപ്പാണ് പിന്നീട് പതിനഞ്ചാം നൂറ്റാണ്ടുമുതൽ പടിപടിയായി മുന്നേറിവന്ന യൂറോപ്യൻസമൂഹത്തെയും സംസ്കാരത്തെയും ചെറുത്തുനിൽക്കാൻ കഴിയാതെ അതിനു കീഴ്പ്പെടാൻ ഇന്ത്യൻ സമൂഹത്തെയും സംസ്കാരത്തെയും നിർബന്ധിച്ചത്. അടിമത്തത്തിന്റെ ഉത്ഭവംമുതൽ തുടർച്ചയായി നടന്ന കലാപങ്ങളും വിപ്ലവങ്ങളും യൂറോപ്യൻസമൂഹത്തെ ഓജസ്സും ജീവനുമുള്ള ഒരജയ്യശക്തിയായി ഉയർത്തിയപ്പോൾ അത്തരം ഒരു കലാപത്തിനും വിപ്ലവത്തിനും ഇരയാകാതെ നൂറ്റാണ്ടുകളോളം കാലം മുരടിച്ചുനിന്ന ഇന്ത്യൻ സമൂഹത്തിനും സംസ്കാരത്തിനും പിടിച്ചുനിൽക്കാൻ കഴിയാതെ വന്നു. അങ്ങനെയാണ് സമുജ്ജ്വലമായ ഒരു ഭൂതകാലമുണ്ടെന്ന് അഭിമാനപൂർവം കൊട്ടിഘോഷിക്കുന്ന നമ്മുടെ മാതൃഭൂമി വിദേ

ശഭരണത്തിനും വൈദേശിക സംസ്കാരത്തിനും വിദേശീയ സാമ്പത്തികമേധാവിത്വത്തിനും അടിമപ്പെട്ടത്.

ഇതിനുമുമ്പും ഒട്ടേറെ വിദേശീയജനവിഭാഗങ്ങൾ ആയുധധാരികളായി ഇന്ത്യയിലേക്ക് കടന്നുവന്നിട്ടുണ്ട്. വർണ(ജാതി) വ്യവസ്ഥ സൃഷ്ടിച്ചുകൊണ്ട് പ്രാചീനഇന്ത്യയിൽ സാമൂഹ്യവും സാംസ്കാരികവുമായ മുന്നേറ്റമുണ്ടാക്കിയ ആര്യൻമാർതന്നെ വിദേശീയരാണല്ലോ. തദ്ദേശീയരുടേതിനേക്കാൾ ഫലപ്രദമായി ഉപയോഗിക്കാവുന്ന ആയുധങ്ങളും മറ്റ് ആയോധന സാമഗ്രികളും കൈവശമുള്ളതിനാലാണ് ആര്യജനവിഭാഗങ്ങൾക്ക് തദ്ദേശീയഗോത്രവർഗങ്ങളെ കീഴടക്കാൻ കഴിഞ്ഞതെന്ന് ഇതിനുമുമ്പ് നാം കണ്ടു.

ആര്യൻമാരുടെ അധികാരം ഉറച്ചുകഴിഞ്ഞ് വർണ(ജാതി) വ്യവസ്ഥയെന്ന സാമൂഹിക–സാംസ്കാരിക ജീവിതക്രമം രൂപപ്പെട്ടുകഴിഞ്ഞതിൽ പിന്നീടും ഒട്ടേറെ വിദേശീയവിഭാഗങ്ങൾ ഇന്ത്യയിലേക്കു കടന്നാക്രമിക്കുകയുണ്ടായിട്ടുണ്ട്. പേർഷ്യക്കാർ, ഗ്രീക്കുകാർ, പശ്ചിമേഷ്യൻ ജനവിഭാഗങ്ങൾ ഇങ്ങനെ പലരും തുടരെത്തുടരെ ആക്രമണങ്ങൾ നടത്തുകയും തങ്ങളുടേതായ ഭരണം താൽക്കാലികമായി ഉറപ്പിക്കുകയും ചെയ്തു. കാലം ചെല്ലുന്തോറും ഇത്തരം ആക്രമണങ്ങളുടെ എണ്ണം കൂടുകമാത്രമല്ല, ആക്രമണകാരികൾ ദീർഘകാലം നീണ്ടുനിൽക്കുന്ന സാമ്രാജ്യങ്ങൾ ഇവിടെ പടുത്തുയർത്തുകയും ചെയ്തു. വൈദികമതത്തിന്റെയും അതിന്റെ രൂപഭേദങ്ങളായ ബൗദ്ധ–ജൈനമതങ്ങളുടെയും സ്വാധീനത്തിൽപ്പെട്ട് ഉയർന്നുവന്ന മൗര്യ–ഗുപ്ത–ഹർഷാദി ഹൈന്ദവ സാമ്രാജ്യങ്ങളെ തുടർന്ന് ഒട്ടേറെ ഇസ്ലാമികഭരണാധികാരികൾ വടക്കെ ഇന്ത്യയിൽ ആധിപത്യം സ്ഥാപിക്കുകയുണ്ടായി. ദില്ലി സുൽത്താനേറ്റ്, മുഗൾസാമ്രാജ്യം എന്നിവയാണ് ഇക്കൂട്ടത്തിൽ വിശേഷിച്ച് എടുത്തുപറയേണ്ട അഹൈന്ദവസാമ്രാജ്യങ്ങൾ.

ഈ ഇസ്ലാമികസാമ്രാജ്യങ്ങൾ ഹൈന്ദവരുടേതായ വർണ(ജാതി) വ്യവസ്ഥയ്ക്ക് കീഴ്പ്പെട്ടില്ല. മേൽജാതി–കീഴ്ജാതി വ്യത്യാസമില്ലാതെ 'ഇസ്ലാമിൽ വിശ്വസിക്കുന്നവരെല്ലാം ഒന്ന്' എന്ന വീക്ഷണമുള്ളവരാണ് ഈ സാമ്രാജ്യങ്ങളുടെ മേധാവികൾ. ലോകായതരെപ്പോലുള്ള ഭൗതികവാദികളെ തികച്ചും നശിപ്പിക്കാനും ബൗദ്ധ–ജൈനവാദി മതവിഭാഗങ്ങളെ മെരുക്കിയെടുക്കാനുംകഴിഞ്ഞ വൈദികസംസ്കാരത്തിന്റെ നായകന്മാർക്ക് ഇസ്ലാമിൽ വിശ്വസിക്കുന്ന ഈ ആക്രമണകാരികളെ സൈനികമായി തടഞ്ഞുനിർത്താനോ സാംസ്കാരികമായി പരാജയപ്പെടുത്താനോ കഴിഞ്ഞില്ല. വൈദികസംസ്കാരത്തിനേറ്റ ആദ്യത്തെ പ്രഹരമാണിത്.

മറുവശത്ത്, ഇസ്ലാമിക ആക്രമണകാരികൾക്കും ഇസ്ലാമികസാമ്രാജ്യങ്ങൾ കെട്ടിപ്പടുത്തവർക്കും വൈദികസംസ്കാരത്തെ കീഴ്പ്പെടുത്താൻ കഴിഞ്ഞില്ലെന്നും ഓർക്കേണ്ടതുണ്ട്. വൈദികസംസ്കാരത്തിന്റെ തണലിൽ വളർന്നുവന്ന വർണ(ജാതി) വ്യവസ്ഥയ്ക്ക് ഒരു ചെറിയ

പോറൽപ്പോലും ഏൽപ്പിക്കാൻ ദില്ലിസുൽത്താനേറ്റിന്റെയോ മുഗൾസാമ്രാജ്യത്തിന്റെയോ അധിപൻമാർക്കുകഴിഞ്ഞില്ല. 'കീഴ്ജാതി'കളുടെമേൽ 'മേൽജാതി'കൾക്കുള്ള മേധാവിത്വം, 'മേൽജാതി'കൾക്കിടയിൽത്തന്നെ ബ്രാഹ്മണർക്കുള്ള പ്രാമാണ്യം, ഹൈന്ദവസമൂഹത്തെയാകെ ബാധിച്ച പാരത്രികലോകവീക്ഷണം–ഇതെല്ലാംതകർക്കുന്നകാര്യം പോകട്ടെ, ക്ഷീണിപ്പിക്കാൻപോലും 'സമത്വത്തിൽ അധിഷ്ഠിതമായ' ഇസ്ലാമിനു കഴിഞ്ഞില്ല. ഹൈന്ദവദൈവങ്ങളിൽ വിശ്വസിക്കുന്ന മൗര്യ–ഗുപ്താദി ചക്രവർത്തിമാർക്കുപകരം അള്ളാ എന്ന ഏകദൈവത്തിൽ വിശ്വസിക്കുന്ന സുൽത്താൻമാരും ചക്രവർത്തിമാരും അധികാരത്തിലെത്തി എന്നുമാത്രം.

വർണ(ജാതി)വ്യവസ്ഥയുടെ തലപ്പത്തിരിക്കുന്നവർക്കാകട്ടെ, ചക്രവർത്തിമാരുടെ മതവിശ്വാസത്തിൽവന്ന ഈ മാറ്റം പറയത്തക്ക ഒരു പ്രയാസവും സൃഷ്ടിച്ചില്ല. ചക്രവർത്തിസ്ഥാനത്ത് ആരിരുന്നാലും, സമൂഹത്തിന്റെ മേൽത്തട്ടിലുള്ളത് തങ്ങൾതന്നെ, തങ്ങളുടെ മേധാവിത്വത്തിന് വെല്ലുവിളിയായിത്തീർന്ന ഭൗതികവീക്ഷണം ഇസ്ലാമികസുൽത്താൻമാരുടെയും ചക്രവർത്തിമാരുടെയും ഭരണത്തിൻകീഴിലും തലപൊക്കിയില്ല. കൂടാതെ വർണ(ജാതി) മേധാവിത്വത്തെ ആസ്പദമാക്കി തങ്ങൾക്കു നേടാൻകഴിഞ്ഞ ഭൂസ്വത്തവകാശം, ഭരണാധികാരത്തിൽ പങ്ക് മുതലായവയ്ക്കും യാതൊരുകോട്ടവും തട്ടിയില്ല.

ചുരുക്കത്തിൽ, ഭരണയന്ത്രത്തിന്റെ മേൽത്തട്ടിൽ ഇരിക്കുന്നവരുടെ മതവിശ്വാസത്തിൽ വന്നമാറ്റം വൈദികസംസ്കാരത്തിന്റെ സ്രഷ്ടാക്കളും വർണ(ജാതി)വ്യവസ്ഥയുടെ അധിപരുമായിരുന്നവരുടെ ആധിപത്യത്തിന് ഒരു കോട്ടവും തട്ടിച്ചില്ല.

ഇസ്ലാമിക വിശ്വാസികളായ വിദേശീയർ സൈന്യസമേതം കടന്നുവന്ന് ആക്രമണങ്ങൾ നടത്തുകയും സ്വന്തം സാമ്രാജ്യങ്ങൾ സ്ഥാപിക്കുകയും ചെയ്ത വടക്കെ ഇന്ത്യയിലെ സ്ഥിതിയാണിത്. തെക്കെ ഇന്ത്യയിൽ ഇതൊന്നും നടന്നില്ല. മുഗൾസാമ്രാജ്യത്തിന്റെ അവസാനഘട്ടത്തിലാണ് തെക്കെ ഇന്ത്യയിൽ ചിലയിടത്ത് ഇസ്ലാമികനവാബുമാരും ഭരണാധികാരികളും മേൽക്കോയ്മ സ്ഥാപിച്ചത്. എന്നാൽ തെക്കെ ഇന്ത്യയിലും അഹൈന്ദവമതവിഭാഗങ്ങളുടെ സ്വാധീനം ഹൈന്ദവസമൂഹത്തിലും സംസ്കാരത്തിലും വ്യാപിച്ചു.

പതിനെട്ടാം നൂറ്റാണ്ടിന്റെ അവസാനഘട്ടംവരെ അഹൈന്ദവനായ ഒരൊറ്റ ഭരണാധികാരിപോലും വാണിട്ടില്ലാത്ത കേരളത്തിൽപ്പോലും അഹൈന്ദവമതവിശ്വാസികൾ ഒന്നുരണ്ടു സഹസ്രാബ്ദങ്ങളോളംകാലം ജീവിച്ചുവന്നു. വർണ(ജാതി)വ്യവസ്ഥയുടെ നിയമങ്ങൾ നോക്കിയാൽ വൈശ്യർ നടത്തേണ്ട ജോലി(കച്ചവടം) ജൂതരും പിന്നീട് മുസ്ലീമിങ്ങളും ക്രിസ്ത്യാനികളുമാണ് ഇവിടെ പുരാതനകാലംമുതൽ നടത്തിപ്പോന്നിട്ടുള്ളത്. ജാതിവ്യവസ്ഥയുടെ കർശനത്വമാകട്ടെ, ഇന്ത്യയുടെ മറ്റുമിക്ക ഭാഗങ്ങളിലെയുംകാൾ ഇവിടെ കൂടുതലാണുതാനും. അധികമധികം ജന

ലക്ഷങ്ങളെ ഇസ്ലാമും ക്രിസ്തുമതവും സ്വീകരിക്കാൻ ഇത് പ്രേരിപ്പിച്ചു. അങ്ങനെ ആയുധശക്തിയോ ഭരണാധികാരമോ ഇല്ലാതെതന്നെ ഇസ്ലാമും ക്രിസ്തുമതവും ഇവിടെ നിലയുറപ്പിച്ചു. ഇന്നത്തെ കേരളത്തിലെ ജനസംഖ്യയിൽ പകുതിയിൽ കുറച്ചുമാത്രം കീഴെവരുന്ന ഒരുശതമാനം ഈ രണ്ടു മതവിഭാഗങ്ങളിൽപ്പെട്ടവരാണെന്ന് ഇവിടെ എടുത്തുപറയണം.

ചുരുക്കത്തിൽ, വൈദികസംസ്കാരത്തിന് ഇസ്ലാമിക–ക്രൈസ്തവ സംസ്കാരങ്ങളെയോ മറിച്ചോ കീഴ്പ്പെടുത്താൻ കഴിയാതെ അവയെല്ലാം സമാധാനപരമായ സഹവർത്തിത്വത്തിൽ കഴിയുന്നതിനിടയ്ക്കാണ് ആധുനിക മുതലാളിത്തത്തിന്റെ വളർച്ചയെന്ന കൊടുങ്കാറ്റുമായി യൂറോപ്യൻകച്ചവടക്കാർ ഇങ്ങോട്ടു കടന്നുവന്നത്. സാമ്പത്തികമോ സാംസ്കാരികമോ സൈനികമോ രാഷ്ട്രീയമോ ആയ ഒരു നിലവാരത്തിലും യൂറോപ്യൻ മുതലാളിത്തത്തിന്റെ ഈ കടന്നാക്രമണത്തെ തടഞ്ഞുനിർത്താൻ ഹൈന്ദവ–ഇസ്ളാമികസമൂഹങ്ങൾക്ക് കഴിഞ്ഞില്ല. രണ്ടുവിഭാഗങ്ങളിലുംപെട്ട ഭരണാധികാരികളും സൈനികമേധാവികളും ഈ പുതിയ വിദേശീയആക്രമണക്കാർക്ക് കീഴ്പ്പെട്ടു. ആധുനികമുതലാളിത്തത്തിന്റേതായ സംസ്കാരവും ജീവിതരീതിയുമായി ഇണങ്ങിച്ചേരാൻ തയ്യാറില്ലാത്ത പ്രമാണിവിഭാഗങ്ങൾ പുറംതള്ളപ്പെടുകയും ഇണങ്ങാൻ ശ്രമിച്ചവർമാത്രം മുന്നേറുകയും ചെയ്തു.

ഈ മുന്നേറ്റത്തിൽ മുമ്പുതന്നെ ക്രിസ്ത്യാനികളായിരുന്നവർക്ക് കൂടുതൽ സൗകര്യങ്ങൾ കിട്ടി. അവരുടെ അണികളിലേക്ക് അധികമധികം ആളുകൾ ഹൈന്ദവസമൂഹത്തിൽനിന്ന് ഒഴുകിപ്പോയി. അങ്ങനെ വാനോളം വാഴ്ത്തപ്പെട്ടിരുന്ന വൈദികസംസ്കാരവും അത് പടുത്തുയർത്തിയ വർണ(ജാതി) വ്യവസ്ഥയും തകർച്ചയിലേക്ക് നീങ്ങാൻ തുടങ്ങി.

അഞ്ച്

ആര്യജനസമൂഹങ്ങൾ കടന്നുവരാൻ തുടങ്ങിയതുമുതൽ മുഗൾസാമ്രാജ്യം തകരുന്നതുവരെ മേലേത്തട്ടിലുള്ള ഭരണത്തിൽ ഒട്ടേറെ മാറ്റങ്ങൾ വരികയുണ്ടായി. മത–ദാർശനികരംഗങ്ങളിലാകട്ടെ, ഋഗ്വേദരചനതൊട്ട് ഇസ്ലാമിക–ക്രിസ്ത്യൻ സ്വാധീനത്തിന്റെ വ്യാപ്തിയും സിക്ക് മതവിഭാഗത്തിന്റെ ഉത്ഭവവുംവരെ ഒട്ടേറെ വിചാരധാരകൾ ഒന്നിനുപുറകെ മറ്റൊന്നായി രൂപംകൊണ്ടിട്ടുണ്ട്. എന്നാൽ, ഇതൊന്നും ഇന്ത്യയുടെ സാമൂഹ്യജീവിതത്തിൽ, അതിന്റെ അടിത്തറയായി നിൽക്കുന്ന ഗ്രാമീണജീവിതത്തിന്റെ സ്വഭാവത്തിൽ, അടിസ്ഥാനപരമായ യാതൊരു മാറ്റവും വരുത്തിയില്ല. മിക്കവാറും മാറ്റങ്ങളൊന്നുമില്ലാതെ സ്ഥിരമായി തുടരുന്ന ഗ്രാമീണവ്യവസ്ഥയുടെ മീതെയാണ് ഹൈന്ദവ–ഇസ്ലാമിക വ്യത്യാസം കൂടാതെ ഇന്ത്യയിലെ ഭരണസംവിധാനവും സാംസ്കാരികജീവിതവും രണ്ടുമൂന്ന് സഹസ്രാബ്ദങ്ങളോളം കാലം നിലനിന്നതെന്നർത്ഥം.

ഈ ദീർഘകാലത്ത് നമ്മുടെ ഗ്രാമങ്ങളിലെ സമ്പദ്വ്യവസ്ഥയും സാംസ്കാരിക ജീവിതവും ഒരു മാറ്റവുമില്ലാതെ അതേപടി തുടർന്നുവെന്നല്ല ഇതിനർഥം. വേട്ടയാടിയും ആടുമാടുകളെ മേച്ചും ജീവിച്ചുപോന്ന ആദ്യകാല ആര്യജനസമൂഹങ്ങൾ പതുക്കെപ്പതുക്കെയായി കാർഷികവൃത്തിയിലേക്ക് നീങ്ങി. അവരും അവരുടെ ആക്രമണത്തിനിരയായവരും ചേർന്ന് കാർഷികവൃത്തിയിൽ അടിക്കടി അഭിവൃദ്ധി വരുത്തുകയും ഒന്നൊന്നായി പല കൈത്തൊഴിലുകളും പഠിക്കുകയും ചെയ്തു. പ്രകൃതിപ്രതിഭാസങ്ങളെ ഭയത്തോടും അത്ഭുതത്തോടുംകൂടി നോക്കി അവയെ പ്രീതിപ്പെടുത്തുന്നതിനുവേണ്ടി പലതരത്തിലുമുള്ള ആരാധ

നകൾ നടത്തിത്തുടങ്ങിയത് ക്രമേണ പ്രപഞ്ചത്തെക്കുറിച്ചുള്ള സമഗ്ര ചിന്തനം അല്ലെങ്കിൽ ദാർശനികവീക്ഷണം, അതിനു കീഴ്പെട്ടുകൊണ്ട് വിവിധ ശാഖകളിൽപ്പെട്ട ശാസ്ത്രീയസത്യം കണ്ടെത്തൽ എന്നിവയായി മാറി. ദാർശനികവും ശാസ്ത്രസംബന്ധവുമായ ചിന്തനഗവേഷണങ്ങൾ ഈശ്വരസങ്കല്പനത്തിന്റെ അടിസ്ഥാനത്തിലായിരുന്നുവെങ്കിലും പ്രകൃതിസംബന്ധമായ പലസത്യങ്ങളും കണ്ടുപിടിക്കപ്പെടുകയും ഭൗതിക വീക്ഷണത്തിന്റെ അംശങ്ങൾ ഉൾക്കൊള്ളുന്ന ശാസ്ത്രശാഖകൾ വളരുകയും ചെയ്തു. ഇതിന്റെ തന്നെ മറ്റൊരു വശമെന്നനിലയ്ക്ക് നൃത്ത–നാടകാദി കലകളും കാവ്യ–നാടകാദി ശാഖകളടങ്ങുന്ന സാഹിത്യകൃതികളും രചിക്കപ്പെട്ടു.

ഇതോടൊപ്പം സമൂഹത്തിലുള്ള അന്യോന്യബന്ധത്തിൽ മാറ്റം വരാൻ തുടങ്ങി. കീഴാളരെന്ന നിലയ്ക്ക് പണിയെടുക്കുന്ന ബഹുഭൂരിപക്ഷം (ശൂദ്രരും അധഃകൃതരും), ഈ ബഹുഭൂരിപക്ഷത്തിന്റെ അധ്വാനഫലമനുഭവിച്ച് ജീവിക്കുന്ന ദ്വിജൻമാർ എന്ന സാമാന്യവർഗവിഭജനത്തിന്റെ വളർച്ച പ്രാപിച്ച രൂപമെന്നനിലയ്ക്ക് മുഖ്യ ഉൽപാദനോപകരണമായ ഭൂമിയും മറ്റ് ഭൗതികസ്വത്തുക്കളും 'ഗോബ്രാഹ്മണഹിത'ത്തിനു വേണ്ടി ഉപയോഗിക്കുന്ന രീതിവന്നു. ദേവസ്വം, ബ്രഹ്മസ്വം മുതലായ രൂപങ്ങളിൽ ഭൗതികസ്വത്തുക്കൾ കേന്ദ്രീകരിക്കുകയും ഈ സ്വത്തുക്കളിൻമേൽ നിയന്ത്രണമുള്ളവർ ഗ്രാമത്തിലും ഉപരിതലങ്ങളിലും ഭരണമേധാവികളായിത്തീരുകയും എന്ന സ്ഥിതിവന്നു.

ഭൂമിയടക്കമുള്ള ഭൗതികസ്വത്തുക്കളിൻമേൽ അവകാശവും നിയന്ത്രണവുമുള്ളവരുടെ സ്വത്തുക്കളും വരുമാനങ്ങളും അവരുടെ സ്വന്തം ജീവിതത്തിനാവശ്യമായതിനേക്കാൾ കൂടുതലായി വരുന്നതിനാൽ മിച്ചം വരുന്നത് മറ്റുള്ളവർക്കു വിറ്റ് അതിന് വിലയായികിട്ടുന്ന സമ്പത്ത്, അല്ലെങ്കിൽ നാണ്യം, ഉപയോഗിച്ച് തങ്ങൾക്കാവശ്യമുള്ളതും മറ്റുള്ളവരുടെ കയ്യിൽ മിച്ചമായി വരുന്നതുമായ ചരക്കുകൾ വാങ്ങുകയെന്ന അർഥത്തിൽ വ്യാപാരം വളർന്നുവരുവാൻ തുടങ്ങി. അങ്ങനെ കൃഷി, കൈത്തൊഴിൽ, കച്ചവടം എന്ന മൂന്നു മുഖ്യവിഭാഗങ്ങളുള്ള സാമ്പത്തികജീവിതം, അതിന്റെ നിലനില്പിനും രക്ഷയ്ക്കുമാവശ്യമായ ഭരണസംവിധാനം–ഇതു രണ്ടും ചേർന്നതാണ് ഇന്ത്യൻസമൂഹമെന്നുവന്നു.

ഇത്രയുമായപ്പോഴേക്ക് ഗ്രാമീണതലത്തിനുമീതെയുള്ള സാമൂഹ്യ–രാഷ്ട്രീയ ബന്ധങ്ങൾ പുതിയ രൂപം കൈക്കൊണ്ടു. ആക്രമണങ്ങൾ, വെട്ടിപ്പിടുത്തങ്ങൾ, ഉയരുകയും തകരുകയും ചെയ്യുന്ന സാമ്രാജ്യങ്ങൾ എന്നിവയുടേതായ പൗരാണിക രാഷ്ട്രീയ സംവിധാനത്തിനുപകരം ഉൽപ്പാദനവിതരണങ്ങളുടേതായ സാമ്പത്തികമേഖല കൂടുതൽ ക്രമീകരിക്കുന്നതിനുപറ്റിയ ഒരു ഭരണസംവിധാനം അടി മുതൽ മുടിവരെ രൂപപ്പെടാൻ തുടങ്ങി. ഭൂമിയും മറ്റ് ഉല്പാദനോപകരണങ്ങളും കയ്യടക്കിവയ്ക്കുന്ന 'ദ്വിജ' വിഭാഗങ്ങളെ സംരക്ഷിച്ചുപോരുന്ന ദേശവാഴികളും

നാടുവാഴികളും ഗ്രാമങ്ങളുടെ മീതെ ഉയർന്നുവന്നു. ഇവരിൽത്തന്നെ ബഹുഭൂരിപക്ഷം ദേവസ്വം, ബ്രഹ്മസ്വം എന്നീ രൂപങ്ങളിൽ ഭൂമിയും മറ്റ് സ്വത്തുക്കളും കൈവശംവയ്ക്കുന്നവർ കൂടിയായിരുന്നു. ജാതിയുടെ അടിസ്ഥാനത്തിലാകട്ടെ അവർ ഉയർന്ന തട്ടിലായിരുന്നുതാനും.

അങ്ങനെ സാമൂഹ്യം, സാമ്പത്തികം, രാഷ്ട്രീയം എന്ന മൂന്ന് മേഖലകളിലും മേധാവിത്വമുള്ളതിനോടൊപ്പം സാംസ്കാരികരംഗത്ത് ഉന്നതനിലകൂടിയുള്ള ഒരു ഭരണവർഗം ഉയർന്നുവന്നു. ഇതിന്റെ സഹായത്തോടെയാണ് ഹൈന്ദവ–ഇസ്ലാമിക വ്യത്യാസമില്ലാതെ ചക്രവർത്തിമാരും രാജാക്കന്മാരും ചെങ്കോലേന്തി ഭരണം നടത്തിയത്.

ഇത് ഒരു തരത്തിലുള്ള ഫ്യൂഡലിസമാണ്. യൂറോപ്യൻനാടുകളുടേതിൽനിന്ന് പല വ്യത്യസ്തതകളും ഉള്ളതാണെങ്കിലും, ഫ്യൂഡലിസത്തിന്റെ മുഖ്യ ഘടകങ്ങൾ ഇതിൽ അടങ്ങിയിട്ടുണ്ട്. എന്താണവ? ഭൂസ്വത്തുടമയും ഭരണാധികാരവും തമ്മിലുള്ള അഭേദ്യബന്ധം, ഭരണാധികാരത്തിന്റെ മുഖ്യ ഉപകരണമായ പട്ടാളശക്തിയുടെ വികേന്ദ്രീകൃത സ്വഭാവം, നാടുവാഴി–ദേശവാഴി വിഭാഗങ്ങളെ ആശ്രയിച്ചുവേണം രാജാക്കന്മാർക്കും ചക്രവർത്തിമാർക്കും വാഴാനെന്നനില, കൃഷിയോടൊപ്പം കൈത്തൊഴിലുകളും വ്യാപാരവും വളർന്ന് സാമ്പത്തികജീവിതത്തിനു കിട്ടുന്ന വൈവിധ്യം, ഇതിന്റെ തന്നെ ഭാഗമായി പണത്തിന്റെ ഉപയോഗം ക്രമേണക്രമേണയായി വളർന്നുവരുന്ന സ്ഥിതി–ഇതെല്ലാമാണ് യൂറോപ്യൻഫ്യൂഡലിസത്തിലുണ്ടായിരുന്നതെങ്കിൽ അതൊക്കെത്തന്നെ ക്രിസ്ത്വബ്ദത്തിന്റെ ആദ്യശതകങ്ങൾ തൊട്ട് ഇന്ത്യയിലും വളർന്നുവരാൻ തുടങ്ങി.

പക്ഷെ, ഗ്രാമീണരുടെ സാമൂഹ്യജീവിതത്തിൽ, അതിന്റെ അടിത്തറയായ വർണ (ജാതി) വ്യവസ്ഥയിൽ, ഇത് ഒരു മാറ്റവും വരുത്തിയില്ല. യൂറോപ്പിലേതുപോലെ പ്രത്യക്ഷമായ അടിമ–ഉടമബന്ധം ഇന്ത്യയിൽ വളർന്നിരുന്നില്ലെന്നും അതിനുപകരം ദാസന്മാർ, ദ്വിജന്മാർ എന്ന രണ്ടു വിഭാഗമാണ് ഇവിടെ വന്നതെന്നും ഇതിനുമുമ്പ് വ്യക്തമാക്കിയിട്ടുണ്ടല്ലോ. തുറന്ന രീതിയിലല്ലെങ്കിലും അടിമ– ഉടമ ബന്ധത്തിന്റെ ഒരു രൂപമാണ് 'ദാസ'ന്മാരും 'ദ്വിജ'ന്മാരും തമ്മിലുണ്ടായിരുന്നത്. കൃഷി, കൈത്തൊഴിലുകൾ, വ്യാപാരം, ഭരണസാംസ്കാരികരംഗങ്ങൾ എന്നിവയിൽ പുരോഗതിവന്നപ്പോഴാകട്ടെ, 'ദാസ'ന്മാരിലും 'ദ്വിജ'ന്മാരിലും വിവിധ വിഭാഗങ്ങൾ (എണ്ണമറ്റ ജാതികളും ഉപജാതികളും) രൂപംകൊണ്ടു. ഇന്ന ജാതിക്ക് ഇന്ന തൊഴിൽ, ഇന്ന തൊഴിലിന് ഇന്ന ജാതി, എന്ന രീതിയിൽ തൊഴിൽവിഭജനം നടന്നു. ഈ വിവിധ തൊഴിലുകളിൽ മിക്കതും ഗ്രാമപ്രദേശത്തുതന്നെ ഉണ്ടായിരുന്നതിനാൽ ഓരോ ഗ്രാമത്തിലും അതിന്റേതായ വിവിധ ജോലി ചെയ്യുന്നതിന് നിയമിതരായ വിവിധ ജാതിക്കാർ, അവരുടെ ജീവിതത്തിനാവശ്യമായ സാമ്പത്തിക സംവിധാനം എന്നിവ ഗ്രാമീണജീവിതത്തിന്റെ അഭേദ്യഭാഗമായി. ഓരോ

ദേശത്തിനും അതിന്റെ സ്വന്തമായ കൽപ്പണിക്കാർ, ഇരുമ്പുപണിക്കാർ, അലക്കുകാർ, ക്ഷൗരക്കാർ മുതലായവർ നിർബന്ധമായിത്തീർന്നു. അതെല്ലാമടങ്ങുന്ന ഗ്രാമീണസംഘടന. ഫ്യൂഡലിസത്തിന്റെ ഉത്ഭവത്തിനു മുമ്പുതന്നെ രൂപംപൂണ്ടിരുന്നു. ഫ്യൂഡലിസത്തിലും അതു തുടരുകയും വളരുകയും ചെയ്തു. പരിമിതമായതോതിൽ ഇന്നും അത് തുടരുന്നു.

ഈ സാമൂഹ്യവ്യവസ്ഥയുടെ അനിവാര്യമായ ഒരു ഫലം ഓരോ ജോലി ചെയ്യുന്നവരുടെയും വീക്ഷണത്തിലും പ്രായോഗികജോലിയിലുമുള്ള യാഥാസ്ഥിതികത്വമാണ്. പഴങ്കാരണവന്മാർ ചെയ്തിരുന്നതും അവർ പറഞ്ഞുതന്നതുമായ കാര്യങ്ങൾ അതേപടി പകർത്തുകയല്ലാതെ ജോലിസംബന്ധമായ ഏതെങ്കിലും പരീക്ഷണം നടത്താൻ ഒരുത്തരും ധൈര്യപ്പെട്ടില്ല. പരമ്പരാഗതമായി ഒരു ജോലി ചെയ്യുന്നവരെയല്ലാതെ മറ്റാരെയും ആ ജോലിക്ക് വിളിക്കുകയോ സ്വന്തം പാരമ്പര്യം അനുസരിച്ചതല്ലാത്ത മറ്റേതെങ്കിലും ജോലിയിൽ പ്രവേശിക്കുകയോ ചെയ്യാൻ ഒരാളും മുതിർന്നില്ല, അങ്ങനെ ഒരു തലമുറയിൽനിന്ന് മറ്റൊരു തലമുറയിലേക്ക് പകർന്നുകിട്ടിയ രീതിയിൽ ഓരോ ജോലിയും തുടർന്നുവന്നതല്ലാതെ വിവിധ ജോലികൾ പരിഷ്കരിക്കാനുള്ള ഒരു പ്രേരണയും ആർക്കും ഉണ്ടായില്ല.

ഇതിനു തികച്ചും അനുയോജ്യമായിരുന്ന ഒരു പ്രപഞ്ചവീക്ഷണമാണ് ഹൈന്ദവദാർശനികർ ജനങ്ങൾക്ക് നൽകിയത്. ഇഹലോകത്തിൽ നടക്കുന്നതെല്ലാം ദൈവവിധിയാണ്. അതാർക്കും തടഞ്ഞുനിർത്താനാവില്ല, അതുകൊണ്ട് സ്വന്തം ജീവിതം നന്നാക്കുന്നതിനുവേണ്ടി ഒരാളും യാതൊന്നും ചെയ്യേണ്ടതില്ല, ദൈവാനുഗ്രഹമുണ്ടെങ്കിൽ പരലോകത്തെങ്കിലും രക്ഷയുണ്ടാവും–ഈ ധാരണയാണ് ജനങ്ങളിലാകെ വ്യാപിച്ചത്. സർവവും വിധിക്ക് കീഴ്പ്പെടുത്തുന്ന ഈ പ്രപഞ്ചവീക്ഷണവും ജാതികൾ, ഉപജാതികൾ എന്നതോതിൽ ഉണ്ടായ തൊഴിൽവിഭജനവും ചേർന്ന് ഇന്ത്യൻസമൂഹത്തിന്റെ വളർച്ചമുട്ടിച്ചു. ഇതാണ് വ്യാവസായിക–സാങ്കേതിക രംഗങ്ങളിൽ സമഗ്രവിപ്ലവങ്ങൾ നടത്തി ആധുനികമുതലാളിത്തത്തിനു രൂപംനൽകിയ യൂറോപ്പിലേതിൽനിന്ന് വ്യത്യസ്തമായി ഇന്ത്യയിൽ, പരമ്പരാഗതമായ സാമ്പത്തികജീവിതവും വർണ (ജാതി) വ്യവസ്ഥയിൽ അധിഷ്ഠിതമായ സാമൂഹ്യജീവിതവും, മൗലികമാറ്റങ്ങളൊന്നുമില്ലാതെ, ബ്രിട്ടീഷ്ഭരണകാലംവരെ തുടരാനിടയാക്കിയത്.

ഇസ്ലാമിക ഭരണാധികാരികൾ വർണ (ജാതി) വ്യവസ്ഥയുടെ ചട്ടക്കൂടിനു വെളിയിലായിരുന്നുവെങ്കിലും, ഇതിലൊരു മാറ്റവും വരുത്താൻ അവർക്കു കഴിഞ്ഞില്ല. അവരും വർണ (ജാതി) വ്യവസ്ഥയെ ആസ്പദമാക്കിയ ഗ്രാമീണസമൂഹത്തെയും അതിനുമീതെയുള്ള ദേശവാഴി–നാടുവാഴി (ഫ്യൂഡൽ) സൈനിക മേധാവിത്വത്തെയും ആശ്രയിച്ചാണല്ലോ തങ്ങളുടെ സാമ്രാജ്യം പടുത്തുയർത്തിയത്.

ദാർശനിക–മതരംഗങ്ങളിലാകട്ടെ ഹൈന്ദവരുടെ പാരത്രികവീക്ഷ

ണത്തിനെതിരായി യാതൊന്നും ഇസ്ലാമികദാർശനികരുടെ കൈയിലില്ലായിരുന്നു. ബഹുദൈവവിശ്വാസത്തിനുപകരം ഏകദൈവവിശ്വാസമാണ് അവർക്കുണ്ടായിരുന്നതെന്ന ഏകകാരണത്താൽ ഹൈന്ദവദാർശനികരുടെ ശ്രമഫലമായി ഇന്ത്യൻജനതയിൽ രൂപംകൊണ്ട പാരത്രികവീക്ഷണം ഇല്ലാതാകുകയില്ലല്ലോ.

ഇന്ത്യയുടെ ചില ഭാഗങ്ങളിൽ (ഉദാ: കേരളത്തിൽ) തുച്ഛമല്ലാത്ത സ്ഥാനംനേടിയ ക്രിസ്ത്യൻ ദാർശനികർക്കും ഹൈന്ദവപാരത്രിക വീക്ഷണത്തെ വെല്ലുവിളിക്കാൻ കഴിഞ്ഞില്ല.

പോരെങ്കിൽ, വൈദികസംസ്കാരത്തിനടിത്തറയായിരുന്ന വർണ (ജാതി) വ്യവസ്ഥയുടെ ചില അംശങ്ങൾ സ്വയം ഉൾക്കൊണ്ട ഇസ്ലാമിനെയും ക്രിസ്തുമതത്തെയും ഒരളവുവരെ 'ഭാരതവൽക്കരി'ക്കുക പോലും ചെയ്യാൻ രണ്ടു മതവിഭാഗങ്ങളിലുംപെട്ട ഉയർന്ന വിഭാഗക്കാർ മുതിർന്നു.

യൂറോപ്പിൽ വ്യാവസായിക–സാങ്കേതിക രംഗങ്ങളിലടക്കം എല്ലാ ജീവിതത്തുറകളിലും വ്യാപിച്ച ബൂർഷ്വാവിപ്ലവത്തിന്റെ അഭേദ്യഭാഗമായിരുന്നു നിരീശ്വരത്വത്തിനും ഭൗതികവീക്ഷണത്തിനും രൂപം നൽകിയ സാംസ്കാരികവിപ്ലവം. കാത്തോലിക്കാമതമേധാവിയായ പോപ്പിന്റെ മേലധികാരം ചോദ്യംചെയ്യാൻ ബ്രിട്ടീഷ്‌രാജാവും ജർമനിയിലെ മാർട്ടിൻലൂഥറെപ്പോലുള്ള മതപണ്ഡിതന്മാരും ഒരുങ്ങിയതുതൊട്ട് യൂറോപ്യൻ രാജ്യങ്ങളിലാകെ വ്യാപിച്ച സാംസ്കാരിക നവോത്ഥാനമാണ് സയൻസിന്റെ വളർച്ചയ്ക്കും അതുപയോഗിച്ചുകൊണ്ടുള്ള വ്യാവസായിക–കാർഷിക വിപ്ലവങ്ങൾക്കും കളമൊരുക്കിയത്.

ഏതാനും നൂറ്റാണ്ടുകാലത്തെ നിരന്തരപരിശ്രമത്തിന്റെ ഫലമായി യൂറോപ്പിൽ രൂപംകൊണ്ട പുതിയ സാങ്കേതികമാർഗങ്ങൾ സ്വയം കണ്ടുപിടിക്കാൻ ഇന്ത്യൻപണ്ഡിതന്മാർക്കു കഴിഞ്ഞില്ലെന്ന കാര്യമിരിക്കട്ടെ, അവയിൽ ചിലവ ഇന്ത്യയിലേക്കു ഇറക്കുമതിചെയ്യാൻ യൂറോപ്പിൽനിന്നുവന്ന പുത്തൻ ഭരണകർത്താക്കൾ മുതിർന്നപ്പോൾ ജനങ്ങൾക്കുണ്ടായ അമ്പരപ്പു തടയാൻപോലും അവർക്ക് കഴിഞ്ഞില്ലെന്നതാണ് സത്യം. തീവണ്ടി, മറ്റ് യന്ത്രങ്ങൾ, കമ്പിയും കമ്പിയില്ലാക്കമ്പിയും മുതലായവ ഇന്ത്യയിൽ ആദ്യമായി അവതരിപ്പിച്ചപ്പോൾ അതെല്ലാം ഒന്നുകിൽ ഈശ്വരന്റെ അല്ലെങ്കിൽ പിശാചിന്റെ പണിയാണെന്നു കാണാനേ ബഹുഭൂരിപക്ഷം ഇന്ത്യക്കാർക്കും കഴിഞ്ഞുള്ളു. ഈ അശാസ്ത്രീയ വീക്ഷണത്തിന്റെ അവശിഷ്ടങ്ങൾ ഇന്നും കാണാമെന്നതാണ് ദുഃഖകരമായ സത്യം.

ആധുനിക യന്ത്രയുഗത്തിൽ ഇത്രവലിയ പിന്നോക്കാവസ്ഥയിലേക്ക് ജനങ്ങളെ തള്ളിവിട്ട ഇന്ത്യൻസമൂഹത്തിന് ഏതാനും നൂറ്റാണ്ടുകളോളം കാലം മനുഷ്യസമൂഹത്തിന്റെ സാംസ്കാരികവളർച്ചയിൽ അഭിമാനകരമായ പങ്ക്‌വഹിക്കാൻ കഴിഞ്ഞുവെന്ന് ഇതിനുമുമ്പ് നാം കണ്ടു

വല്ലോ. മൗര്യ-ഗുപ്ത-ഹർഷാദി ഹൈന്ദവ സാമ്രാട്ടുകളുടെയും മുഗള രടക്കമുള്ള ഇസ്ലാമിക സാമ്രാട്ടുകളുടെയും കാലത്ത് സാമ്പത്തിക-സാംസ്കാരിക രംഗങ്ങളിൽ ഉയർന്നനില സമ്പാദിക്കാൻകഴിഞ്ഞ ഇന്ത്യൻസമൂഹം ആധുനികമുതലാളിത്തത്തിന്റെയും സോഷ്യലിസത്തിന്റെയും യുഗത്തിൽ ഇങ്ങനെ തരംതാഴാൻ കാരണമെന്തെന്ന് രാജ്യസ്നേഹികൾ മുഴുവൻ കാര്യമായി ആലോചിക്കേണ്ടതാണ്. ഇതിനുള്ള ഉത്തരം ഇതേവരെ നാം നടത്തിയ പരിശോധനയിൽനിന്ന് വ്യക്തമാവും.

ആറ്

രണ്ടുമൂന്ന് സഹസ്രാബ്ദങ്ങൾക്കു മുമ്പ് നിലനിന്നിരുന്ന പിന്നോക്കാവസ്ഥയിൽനിന്ന് ഇന്ത്യയെ പുരോഗമിപ്പിക്കാൻ സഹായിച്ചത് വർണ (ജാതി) വ്യവസ്ഥയുടെ ഉത്ഭവമാണ്. സാമ്പത്തികവും സാംസ്കാരികവുമായ രംഗങ്ങളിൽ അതേവരെ നടന്നിട്ടില്ലാത്ത അഭിവൃദ്ധി വർണ (ജാതി) വ്യവസ്ഥയ്ക്കുകീഴിൽ കൈവന്നു എന്നത് അനിഷേധ്യമായ സത്യമാണ്. 'ദാസൻ'മാരും 'ദ്വിജ'ന്മാരും എന്ന രണ്ടുവിഭാഗങ്ങൾ രൂപംകൊണ്ടതും 'ദ്വിജ'ന്മാർക്ക് പലമേഖലകളിലും വൈദഗ്ധ്യം നേടാൻ അവസരം ലഭിച്ചതും 'ദ്വിജ'വിഭാഗത്തിന്റെ നന്മക്കെന്നപോലെ സമൂഹത്തിന്റെയാകെ പുരോഗതിക്കും വഴിവച്ചു.

പക്ഷെ, ആദ്യരൂപത്തിലുള്ള ഈ 'ദാസ' 'ദ്വിജ' വിഭജനം, അത് വളർന്നുവന്ന് ഒട്ടേറെ ജാതികളും ഉപജാതികളും രൂപംകൊണ്ടത് എന്നിവ സമൂഹത്തിന്റെ പിന്നീടുള്ള വളർച്ചയ്ക്ക് ഒട്ടേറെ തടസ്സങ്ങൾ സൃഷ്ടിച്ചു. ഈ വർണ (ജാതി) വ്യവസ്ഥയുടെ സംരക്ഷകർ ജനകോടികളിൽ അടിച്ചിറക്കിയ പാരത്രികവീക്ഷണം വിശേഷിച്ചും. അതുകൊണ്ട് യൂറോപ്പിലെന്നതുപോലെ ആധുനികയന്ത്രയുഗം ഇന്ത്യയിലും ഉദ്ഘാടനംചെയ്യണമെങ്കിൽ വർണ (ജാതി) വ്യവസ്ഥയുടെയും ദാർശനികമായ പാരത്രികവീക്ഷണത്തിന്റെയും കെട്ടുപൊട്ടിച്ച് സ്വാതന്ത്ര്യം, സമത്വം, സാഹോദര്യം എന്ന മൂന്ന് ബൂർഷ്വാആദർശങ്ങൾ ഉയർത്തിപ്പിടിക്കുന്ന ഒരു പുത്തൻനേതൃത്വം സമൂഹത്തിലുണ്ടാകണം. മറ്റൊരുഭാഷയിൽ പറഞ്ഞാൽ, ബൂർഷ്വാ നവോത്ഥാനത്തിന്റെ രൂപത്തിൽ യൂറോപ്പിൽനടന്ന സാംസ്കാരികവിപ്ലവം ഇന്ത്യയിലും നടക്കണം.

അപൂർണമായെങ്കിലും ഇതിനു തുടക്കംകുറിച്ചത് ഒന്നരനൂറ്റാണ്ടുകാലം നിലനിന്ന ബ്രിട്ടീഷ്ഭരണത്തിൻ കീഴിലാണ്. അന്ന് വിദേശീയ

ഭരണാധികാരികൾ തുടങ്ങിവച്ച ജോലി കഴിഞ്ഞ മുപ്പത്തിനാലുവർഷമായി കോൺഗ്രസ്ഭരണാധികാരികൾ തുടരുകയാണ്. പക്ഷെ, ബ്രിട്ടീഷ് ഭരണാധികാരികളോ അവരുടെ സ്ഥാനത്ത് പിന്നീടുവന്ന കോൺഗ്രസ് ഭരണാധികാരികളോ വർണ(ജാതി)വ്യവസ്ഥയുടെ കടപുഴക്കിയെറിഞ്ഞില്ല; ഹൈന്ദവദാർശനികർ ജനങ്ങളുടെമേൽ അടിച്ചേൽപ്പിച്ച പാരത്രികവീക്ഷണത്തിനെതിരായ സാംസ്കാരികവിപ്ലവം അവർ സംഘടിപ്പിച്ചില്ല. വർണ (ജാതി) വ്യവസ്ഥയിലെ പ്രമാണിമാരോടും പാരത്രികവീക്ഷണത്തോടും സന്ധിചെയ്ത് സ്വന്തം അധികാരം ഉറപ്പിച്ചുനിർത്താനാണ് അവരിരുവരും ശ്രമിച്ചത്.

പോരെങ്കിൽ, വർണ (ജാതി) വ്യവസ്ഥയിൽ തങ്ങൾക്കനുകൂലമായ മാറ്റങ്ങൾ വരുത്താൻ അവർ നടത്തിയശ്രമം, ആധുനിക സയൻസിന്റെ വിജ്ഞാനം ചെറിയൊരളവിൽ ജനങ്ങളിലേക്ക് പകർത്തുന്ന അവരുടെ വിദ്യാഭ്യാസരീതി എന്നിവതന്നെ ഇന്ത്യൻജനതയുടെമേൽ താങ്ങാൻവയ്യാത്ത പല ഭാരങ്ങളും വച്ചുകെട്ടുകയാണു ചെയ്തത്. ഒന്നേകാൽനൂറ്റാണ്ടിനുമുമ്പ് അന്നത്തെ ഇന്ത്യൻ സ്ഥിതിഗതികളെ അവലോകനം ചെയ്തുകൊണ്ട് കാൾമാർക്സ് ചൂണ്ടിക്കാണിച്ചതുപോലെ, “ഇന്ത്യൻജനതയ്ക്ക് തങ്ങളുടെ പഴയലോകം നഷ്ടപ്പെട്ടിരിക്കുന്നു, പുതിയതൊട്ട് കിട്ടിയിട്ടുമില്ല”. ഇന്നും സ്ഥിതി മറിച്ചൊന്നുമല്ല.

രണ്ടു സഹസ്രാബ്ദത്തിലധികം നീണ്ടുനിന്ന ഇന്ത്യൻസമൂഹത്തിന്റെയും സംസ്കാരത്തിന്റെയും കടപുഴക്കിയെറിയാൻ കഴിയുന്ന മൂർച്ചയേറിയ ആയുധങ്ങളുമായാണ് യൂറോപ്യൻകച്ചവടക്കാർ ഇന്ത്യയിലേക്കു കടന്നുവന്നത്. കേരളത്തിലെ കോഴിക്കോടും കൊച്ചിയും കൊല്ലവുമടക്കം ഇന്ത്യയുടെ എല്ലാ കടൽത്തീരപ്പട്ടണങ്ങളിലും വ്യാപാരാർഥം ഇറങ്ങിയ അവരുടെ കയ്യിൽ മുമ്പത്തെ വിദേശീയാക്രമണകാരികളുടേതിലെന്നപോലെ വൻതോതിൽ പട്ടാളങ്ങളുണ്ടായിരുന്നില്ല. പട്ടാളശക്തി ഉപയോഗിച്ച് രാജ്യം കയ്യടക്കി ഭരണാധികാരം സ്വന്തമാക്കാൻ വന്നവരല്ല അവർ. എന്നാൽ മൗര്യന്മാർതൊട്ട് മുഗളൻമാർവരെയുള്ള എല്ലാ ചക്രവർത്തിമാരുടെയും രാജാക്കന്മാരുടെയും നവാബുമാരുടെയും സിംഹാസനങ്ങൾക്കു കീഴെയുള്ള സാമൂഹ്യശക്തിയുടെ അടിതുരക്കാൻവേണ്ട കരുത്തുറ്റ ഒരായുധം അവരുടെ കയ്യിലുണ്ടായിരുന്നു–വ്യാപാരപരമായ കൊള്ളക്കൊടുക്കലുകൾ.

സ്വന്തം രാജ്യത്തുണ്ടാക്കുന്ന ചരക്കുകൾ ഇന്ത്യയുടെ വിശാലമായ കമ്പോളത്തിൽ വിറ്റഴിക്കാനും ഇന്ത്യയിലുണ്ടാക്കുന്ന ചരക്കുകൾ വാങ്ങി സ്വന്തം രാജ്യത്തേക്കു കൊണ്ടുപോകാനുമാണ് അവർ വന്നത്. പ്രത്യക്ഷത്തിൽ സൈനികമോ ഭരണപരമോ ആയ യാതൊരു സ്വഭാവവുമില്ലാതിരുന്ന ഈ വ്യാപാരത്തിന്റെ അടിയേറ്റ് ഇന്ത്യക്കു തനതായുണ്ടായിരുന്ന സാമൂഹ്യവ്യവസ്ഥയും സംസ്കാരവും തകരാൻ പോവുകയാണെന്ന് ആർക്കും അന്ന് മനസ്സിലായില്ല. പക്ഷെ, കാലം അധികം ചെല്ലുന്നതിനുമുമ്പ് അത് വ്യക്തമായി.

കുടുംബങ്ങൾ, അവയുടെ ജീവിതസങ്കേതമായ ഗ്രാമങ്ങൾ എന്നിവയുടെ സ്വയംസമ്പൂർണതയാണല്ലോ മൗര്യസാമ്രാജ്യംതൊട്ട് മുഗൾസാമ്രാജ്യംവരെ ഇന്ത്യയിലുണ്ടായിരുന്ന സാമൂഹ്യജീവിതം, രാഷ്ട്രീയ-ഭരണസംവിധാനം, സാംസ്കാരികമായ ഔന്നത്യം എന്നിവയ്ക്ക് അടിത്തറയായി നിന്നിരുന്നത്. ഓരോ കുടുംബവും അതിന്റെ ജീവിതത്തിനാവശ്യമായ മുഖ്യസാമഗ്രികൾ സ്വയം ഉല്പാദിപ്പിച്ചു. പോരാതെവരുന്ന ചിലതുമാത്രം അതേ ഗ്രാമത്തിലുള്ള മറ്റ് കുടുംബങ്ങളിൽനിന്ന് വാങ്ങുക എന്ന അർത്ഥത്തിൽ ഇന്ത്യയുടെ പരമ്പരാഗതമായ സാമൂഹ്യജീവിതം ഗ്രാമീണ സ്വയംസമ്പൂർണതയുടേതായിരുന്നു. സ്വന്തം ഗ്രാമത്തിലുള്ള മറ്റുള്ളവരുടെയെങ്കിലും ഉപയോഗത്തിനായല്ലാതെ വെളിയിൽകൊണ്ടുപോയി വിൽക്കാൻ സാധനങ്ങൾ ഉണ്ടാക്കുകയോ വെളിയിലുണ്ടാക്കുന്നത് വാങ്ങി ഉപയോഗിക്കുകയോ ചെയ്യുന്ന രീതി ഇന്ത്യൻഗ്രാമങ്ങളിലെ കുടുംബക്കാർക്ക് മിക്കവാറും ഇല്ലായിരുന്നു.

ഈ സ്ഥിതി അവസാനിപ്പിച്ച് സ്വന്തം ഗ്രാമത്തിൽ മാത്രമല്ല വെളിയിലുമുള്ള മറ്റുള്ളവരുടെകൂടി ഉപയോഗത്തിന്നുവേണ്ടി ഉൽപ്പാദനം നടത്തുക, മറ്റുള്ളവർ ഉണ്ടാക്കുന്നത് സ്വയം ഉപയോഗിക്കുക എന്ന മുതലാളിത്തരീതി സ്വന്തം രാജ്യത്ത് നടപ്പിലാക്കാൻ തുടങ്ങിയവരാണ് പതിനഞ്ചാം നൂറ്റാണ്ടിന്റെ അവസാനംമുതൽ ഇന്ത്യയിലേക്ക് കടന്നുവരാൻ തുടങ്ങിയ യൂറോപ്യൻവ്യാപാരികൾ. അവരുടെ വരവോടുകൂടി അത് ഇന്ത്യയിലേക്കു വ്യാപിക്കാൻതുടങ്ങി.

ഇതിനുവേണ്ട സാഹചര്യം പരമ്പരാഗതമായ ഇന്ത്യൻസമൂഹത്തിൽത്തന്നെ വളർന്നുകൊണ്ടിരുന്നു എന്നത് നേരാണ്. ഓരോ ഗ്രാമത്തിലെയും മിക്കവാറും മുഴുവൻ കുടുംബങ്ങൾ സ്വയം സമ്പൂർണ്ണങ്ങളായിരുന്നുവെങ്കിലും വർണ (ജാതി) വ്യവസ്ഥയും അതിനെ ആസ്പദമാക്കിയ സ്വകാര്യസ്വത്തുടമകളുടെ വളർച്ചയും ഇതിലൊരു ചെറിയ മാറ്റം വരുത്തി. പതുക്കെപ്പതുക്കെയായിട്ടാണെങ്കിലും വളർന്നുകൊണ്ടിരുന്ന ഒരു ചെറിയ ന്യൂനപക്ഷം ഗ്രാമീണരുടെ-നാട്ടുപ്രമാണിമാരുടെ-കയ്യിൽ സ്വന്തം ജീവിതത്തിനാവശ്യമുള്ളതുകഴിച്ച് മിച്ചമുണ്ടാവാൻ തുടങ്ങി. ഈ മിച്ചമുപയോഗിച്ച് സ്വന്തം ഗ്രാമത്തിനുവെളിയിലുള്ള കൗതുകവസ്തുക്കൾ വാങ്ങി ആഡംബരജീവിതം നയിക്കാൻ അവർക്കുകഴിഞ്ഞു.

ഇതിനവരെ സഹായിച്ചിരുന്ന ഒരു വിഭാഗം-വണിക്കുകൾ, ശ്രേഷ്ഠികൾ എന്നെല്ലാമുള്ള പേരിൽ അറിയപ്പെടുന്നവർ, അല്ലെങ്കിൽ വൈശ്യൻമാർ-വർണ (ജാതി) വ്യവസ്ഥ വളരുന്നതിന്റെ ഫലമായിത്തന്നെ ഉയർന്നുവന്നു. ആ വ്യവസ്ഥ ക്രമേണ ഫ്യൂഡലിസമായി വളർന്നപ്പോഴാകട്ടെ, ഫ്യൂഡൽമേധാവികളുടെ സൈനികവും ഭരണപരവുമായ ആവശ്യങ്ങൾക്കും ചരക്കുകൈമാറ്റം ആവശ്യമായിവന്നു. അങ്ങനെ അടിത്തട്ടിൽ സ്വയംസമ്പൂർണഗ്രാമങ്ങൾ നിലനിൽക്കുമ്പോൾത്തന്നെ മേലെ നിലവാരങ്ങളിൽ ചരക്കുകളുടെ കൊള്ളക്കൊടുക്കലുകൾ, അതിനാവശ്യമായ പണത്തിന്റെ ഉപയോഗം, പണത്തിന്റെ വളർച്ചയിൽ നിന്നുള

വാകുന്ന പലിശയ്ക്കു കടംകൊടുക്കലും വാങ്ങലുമെന്ന ഏർപ്പാട്–ഇതെല്ലാം നിലവിൽ വന്നുകഴിഞ്ഞിരുന്നു. ദേശവാഴികൾ, നാടുവാഴികൾ, രാജാക്കന്മാരും നവാബുമാരും എന്ന രീതിയിൽ പടിപടിയായുയർന്നു ചക്രവർത്തിമാർവരെ ചെന്നെത്തിയ മധ്യകാലഭരണത്തിന്റെ സാമൂഹ്യഅടിത്തറയാണിത്.

യൂറോപ്യൻ കച്ചവടക്കാർ ഇവിടെ നിലയുറപ്പിക്കുന്ന കാലത്തുതന്നെ അവരുമായി ഇടപെടുന്ന ഇന്ത്യൻ കച്ചവടക്കാർ സജീവമായി രംഗത്തുണ്ടായിരുന്നു. അവർക്കും പരസ്പരം പടവെട്ടിക്കൊണ്ടിരുന്ന വിവിധ യൂറോപ്യൻ വ്യാപാരികൾ (ഈസ്റ്റിന്ത്യാകമ്പനിയും), നാടൻ ഭരണാധികാരികൾ എന്നിവർക്കും യുദ്ധംനടത്താൻ പലിശയ്ക്ക് കടം കൊടുത്തിരുന്ന ഹുണ്ടികക്കച്ചവടക്കാരും മുഗൾ ഭരണത്തിന്റെ അവസാനകാലത്തുണ്ടായിരുന്നു. അവരിൽ പലരുടേയും പേരടക്കമുള്ള വിവരങ്ങൾ ഗവേഷകപണ്ഡിതന്മാർ കണ്ടുപിടിച്ചു പുറത്തുകൊണ്ടുവന്നിട്ടുണ്ട്.

എങ്കിലും, വ്യാപാരവും പണമിടപാടുമെല്ലാം സമൂഹത്തിന്റെ മേലേത്തട്ടിലായൊതുങ്ങിനിന്നു. ചുരുക്കം പ്രമാണികളുടേതൊഴിച്ച് ബഹുഭൂരിപക്ഷം ഗ്രാമീണ കുടുംബങ്ങൾ സ്വയം സമ്പൂർണ്ണതയുടേതായ ജീവിതംതന്നെയാണ് നയിച്ചിരുന്നത്. സ്വന്തം ഗ്രാമത്തിലെ അയൽവാസികളുമായി അവർക്കുണ്ടായിരുന്ന സാമ്പത്തികബന്ധം പോലും മിക്കവാറും ചരക്കുകൈമാറ്റത്തിന്റേതായിരുന്നു; പണത്തിന്റേതല്ല. ജന്മി–നാടുവാഴി വിഭാഗങ്ങളിൽപ്പെട്ട പ്രാമാണിമാർക്കും സർക്കാരിനും കൊടുക്കേണ്ട പാട്ടം, അല്ലെങ്കിൽ നികുതിപോലും, പണമായിട്ടല്ല സാധനമായാണ് കൊടുത്തുകൊണ്ടിരുന്നത്. കൃഷികൊണ്ടും വിവിധ കൈത്തൊഴിലുകൾകൊണ്ടും ജീവിച്ചിരുന്നവരും താന്താങ്ങളുടെ ഉല്പാദനഫലമായുണ്ടാകുന്ന സാധനങ്ങൾ അന്യോന്യം കൈമാറുകയല്ലാതെ പണമുപയോഗിച്ചുകൊണ്ടുള്ള കൊള്ളക്കൊടുക്കലുകൾ നടത്തിയിരുന്നില്ല.

മേലേത്തട്ടുകളിൽ വളർന്നുകൊണ്ടിരുന്ന പണത്തിന്റെ ഉപയോഗവും അതുവഴിയുള്ള വ്യാപാരബന്ധങ്ങളും ഗ്രാമീണജീവിതത്തിൽ പറയത്തക്ക സ്വാധീനമൊന്നും ചെലുത്തിയിരുന്നില്ല എന്നർത്ഥം.

ഈ ജീവിതരീതിക്ക് യൂറോപ്യൻ കച്ചവടക്കാരുടെ വരവ് കനത്ത ആഘാതം ഏല്പിച്ചു. ഇന്ത്യയിലുണ്ടാക്കുന്ന പല സാധനങ്ങൾക്കും യൂറോപ്പിൽ ആവശ്യക്കാരുണ്ടെന്നും ഇവിടെയുണ്ടാക്കാത്ത പല സാധനങ്ങളും യൂറോപ്പിൽനിന്ന് ഇറക്കുമതി ചെയ്യാമെന്നും വന്നപ്പോൾ അതേവരെ ഇന്ത്യൻ സമൂഹത്തിന്റെ ഉപരിതലത്തിൽ മാത്രമായി ഒരുങ്ങിനിന്നിരുന്ന വ്യാപാരബന്ധങ്ങളും പണത്തിന്റെ ഉപയോഗവും ഗ്രാമപ്രദേശങ്ങളിലേക്ക് ഇറങ്ങാൻ തുടങ്ങിയ ഗ്രാമപ്രദേശങ്ങളിലുണ്ടാക്കുന്ന ചരക്കുകൾ വാങ്ങി യൂറോപ്യൻ കച്ചവടക്കാർക്ക് എത്തിക്കുക, യൂറോപ്യൻ കച്ചവടക്കാർ കൊണ്ടുവരുന്നവ ഗ്രാമപ്രദേശങ്ങളിൽ വിറ്റഴിക്കുക–ഇത് രണ്ടും ചെയ്യുന്നവരും അതിനുവേണ്ടി പണം ഉപയോഗിക്കുന്നവരും അതിവേഗം വളരാൻ തുടങ്ങി. ഇന്ത്യയുടെ ഏത് ഓണംകേറാമൂലയും വിശാ

ലമായ ലോകകമ്പോളത്തിന്റെ ഭാഗമാകാൻ തുടങ്ങിയെന്നർത്ഥം. സ്വന്തം ഗ്രാമത്തിനുവെളിയിൽ വിറ്റഴിച്ച് പണമുണ്ടാക്കാൻ പറ്റുന്നരീതിയിൽ ഉല്പാദനം ക്രമീകരിക്കുകയും വെളിയിൽ നിന്നു വാങ്ങുന്ന സാധനങ്ങൾ ഉപയോഗിക്കുകയെന്ന രീതിയിൽ സ്വന്തം ജീവിതം മാറ്റിത്തീർക്കുകയും ചെയ്യാൻ ഗ്രാമീണകുടുംബങ്ങൾക്ക് പ്രേരണകിട്ടി. പ്രത്യക്ഷമായെങ്കിലും, അതിവേഗത്തിൽ ഇന്ത്യൻ സമൂഹത്തിലാകെ വിപ്ലവകരമായ മാറ്റങ്ങൾ യൂറോപ്യൻ കച്ചവടക്കാരുമായുള്ള വ്യാപാരബന്ധം വരുത്തിത്തീർക്കുകയാണ് ഇതുമൂലം ഉണ്ടായത്.

യൂറോപ്യൻ കച്ചവടക്കാർ നാടൻഭരണാധികാരികളെ യുദ്ധത്തിൽ തോല്പിച്ച് ഭരണാധികാരം കയ്യടക്കുന്നതിനു മുമ്പുതന്നെ ഇത് യഥാർത്ഥത്തിൽ തുടങ്ങിയിരുന്നു. അവർ ഇന്ത്യൻ ഭരണാധികാരികളായിമാറിയപ്പോഴാകട്ടെ, ഇത് കുറേക്കൂടി ശക്തിപ്പെടുകയും ചെയ്തു. മറ്റു യൂറോപ്യൻ രാജ്യക്കാരെ പിറകോട്ടുതള്ളി ബ്രിട്ടീഷുകാർ മിക്കവാറും ഇന്ത്യയുടെ മുഴുവൻ ഭരണാധികാരികളായി മാറാൻ തുടങ്ങിയതോടെ ലോകകമ്പോളത്തോട് ഇന്ത്യക്കു വളർന്നുകൊണ്ടിരുന്ന സാമ്പത്തികബന്ധം ഇവിടത്തെ കൈത്തൊഴിൽകാരെയും കൃഷിക്കാരെയും അതിവേഗം പാപ്പരാക്കാൻ തുടങ്ങി.

സ്വന്തം രാജ്യത്തെ ആധുനിക വ്യവസായശാലകളിലുണ്ടാക്കുന്ന ഉല്പന്നങ്ങൾ ഇന്ത്യൻ കമ്പോളത്തിൽ കൂടുതൽ വിലയ്ക്ക് വിറ്റഴിക്കുക, ഇന്ത്യൻഗ്രാമങ്ങളിൽ ഉല്പാദിപ്പിക്കുന്ന കാർഷികവും കൈത്തൊഴിൽപരവുമായ ഉല്പന്നങ്ങൾ ചുരുങ്ങിയ വിലയ്ക്ക് വാങ്ങി സ്വരാജ്യത്തേക്ക് കടത്തിക്കൊണ്ടുപോവുക–ഇത് രണ്ടും ചെയ്യാൻ ബ്രിട്ടീഷ് കച്ചവടക്കാരെ സഹായിക്കുന്ന ഒരു സാമ്പത്തികനയം ഇന്ത്യയിൽ ഭരണമേധാവിത്വം വഹിച്ചിരുന്ന ഇംഗ്ലീഷ്കച്ചവടക്കാരും അവർക്ക് സർവവിധപിന്തുണയും നല്കിയ ബ്രിട്ടീഷ് ഗവണ്മെന്റും ബോധപൂർവ്വം അനുസരിച്ചു. ഇത് ബഹുഭൂരിപക്ഷം വരുന്ന ഗ്രാമീണ കൈത്തൊഴിൽകാരെയും കൃഷിക്കാരെയും അതിവേഗം പാപ്പരാക്കി.

ഇംഗ്ലീഷ് കമ്പനിക്കാർ ഭരണം കയ്യാളിക്കൊണ്ടിരുന്ന പ്രദേശങ്ങളിലും സംസ്ഥാനങ്ങളിലും അവർ വരുത്തിയ ഒരു പ്രധാന മാറ്റം ഭൂവുടമബന്ധങ്ങളെ സംബന്ധിച്ചാണ്. പരമ്പരാഗതമായ സാമൂഹ്യബന്ധങ്ങളുടെ അടിസ്ഥാനത്തിൽ രൂപപ്പെട്ടിരുന്ന വർണ (ജാതി) വ്യവസ്ഥയുടെ ഭാഗമായിരുന്നു അതേവരത്തെ ഭൂവുടമബന്ധം.

അടിയാന്മാരും കുടിയാന്മാരും തമ്പുരാക്കന്മാർക്ക് കീഴ്പ്പെടുന്നതിന്റെ സൂചനയെന്നോണം തങ്ങൾക്ക് ഉൽപാദിപ്പിക്കുന്ന സാധനങ്ങളിൽ ഒരു പങ്ക് പാട്ടത്തിന്റേയും രാജഭോഗത്തിന്റെയും മറ്റും രൂപത്തിൽ നൽകുകയായിരുന്നു. ഇതുമാറ്റി നിലനികുതി ഏർപ്പെടുത്തുക, നികുതി സംഖ്യ പണമായി നിശ്ചയിക്കുകയും പിരിക്കുകയും ചെയ്യുക മുതലായത് മുഗൾചക്രവർത്തിമാരുടെ കാലംതൊട്ടേ തുടങ്ങിയിരുന്നുവെങ്കിലും അത് സർവ്വസാധാരണമായിത്തീർന്നില്ല. അത് പ്രചാരത്തിൽ വന്നതാകട്ടെ

കൃഷിക്കാരും ഗവണ്മെന്റും തമ്മിലുള്ള ബന്ധത്തിന്റെ മേഖലയിൽ മാത്രമായിരുന്നുതാനും. നാട്ടുപ്രമാണിമാരായ ഭൂവുടമകളും അവരുടെ കീഴിലുള്ള കൃഷിക്കാരും തമ്മിലുള്ള ബന്ധം സാധനപ്പാട്ടമായിത്തന്നെ തുടർന്നു.

ഇതിൽ അടിമുടി മാറ്റം വരുത്തിയത് ഇംഗ്ലീഷ് കച്ചവടക്കാരുടെ ഭരണനയമാണ്. ഗവണ്മെന്റിലാക്കേണ്ട നിലനികുതി പണമായിത്തന്നെ നിശ്ചയിച്ച് പണമായിത്തന്നെ പിരിക്കുകയും അതുണ്ടാക്കുന്നതിന് കൃഷിക്കാരിൽനിന്നുള്ള പാട്ടം പണമായി പിരിക്കാൻ ഭൂവുടമകൾക്ക് അധികാരം നൽകുകയും ചെയ്യുന്ന ഒരു നയം പുതിയ ഭരണാധികാരികൾ അംഗീകരിച്ചു. അങ്ങനെ പണമുപയോഗിച്ച് കൊള്ളക്കൊടുക്കലുകൾ നടത്തുന്ന രീതിയിൽനിന്ന് ഒരാൾക്കും രക്ഷപ്പെടാൻ കഴിയാത്ത ഒരു സ്ഥിതി ഉളവായി.

ഏഴ്

ഇംഗ്ലണ്ടിലെ വ്യവസായശാലകളിൽ ഉൽപാദിപ്പിക്കുന്നവയേക്കാൾ മെച്ചപ്പെട്ടതും വിലകുറഞ്ഞതുമായ സാധനങ്ങൾ ഉൽപ്പാദിപ്പിക്കുന്ന ഇന്ത്യൻ വ്യവസായങ്ങളെ തകർക്കാൻ പറ്റുന്ന കയറ്റിറക്കുമതിനയങ്ങളും ബ്രിട്ടീഷ് ഭരണാധികാരികൾ നടപ്പിലാക്കി. പതിനെട്ടാം നൂറ്റാണ്ടിന്റെ രണ്ടാം പകുതിയിലും പത്തൊൻപതാം നൂറ്റാണ്ടിലുമായി ഇന്ത്യയുടെ വിവിധ ഭാഗങ്ങളിൽ അധികാരത്തിലെത്തിയ ഇംഗ്ലീഷ്കച്ചവടക്കാർ അവിടെയെല്ലാമുള്ള കൈത്തൊഴിൽക്കാരിൽനിന്ന് സ്വന്തം രാജ്യത്തെ വ്യവസായശാലാമുതലാളിമാർക്ക് നേരിടുന്ന രൂക്ഷമായ മത്സരത്തിൽ അവരെ രക്ഷിക്കാനാവശ്യമായ എല്ലാ നടപടികളുമെടുത്തു. ലോകപ്രസിദ്ധമായിരുന്ന പല ശാഖകളുമുള്ള ഇന്ത്യയുടെ കൈത്തൊഴിൽ വ്യവസായം ക്രമേണ ക്ഷയിക്കാൻ തുടങ്ങി.

ബ്രിട്ടീഷ്മുതലാളിമാരെ സഹായിക്കാനും ഇന്ത്യൻകൈത്തൊഴിൽക്കാരെ നശിപ്പിക്കാനുംവേണ്ടി ബോധപൂർവം ഗവണ്മെന്റംഗീകരിച്ച നയത്തെപ്പോലെതന്നെ മാരകമായിരുന്നു പണത്തിന്റെ ഉപയോഗം വ്യാപകമായിത്തീർന്നതിനെത്തുടർന്ന് ഗ്രാമപ്രദേശങ്ങളിൽ ക്രമേണയുണ്ടായ പാപ്പരീകരണം. അത് കൃഷിക്കാരെയും കൈത്തൊഴിൽക്കാരെയും മറ്റെല്ലാ ഗ്രാമീണജനവിഭാഗങ്ങളെയും ഒരുപോലെ ബാധിച്ചു. പണമായടയ്ക്കേണ്ട നിലനികുതി കൊടുക്കാനും പണത്തിന്റെ ഉപയോഗം ഏറിയേറിവരുന്നതുമൂലമുണ്ടാവുന്ന ജീവിതാവശ്യങ്ങൾക്കുമായി ഭൂമിയോ മറ്റ് സ്വത്തുക്കളോ പണയപ്പെടുത്തുക, സ്വത്ത് പണയംകൊടുത്ത് വാങ്ങിയ കടം വീട്ടാൻകഴിയാതെ അവസാനം സ്വത്തുതന്നെ വിൽക്കേണ്ടിവരിക, എന്ന സ്ഥിതി അധികമധികം ഗ്രാമീണകുടുംബങ്ങളെ ബാധിക്കാൻ തുടങ്ങി. കൃഷിക്കാരുടെയും കൈത്തൊഴിൽക്കാരുടെയും ഇടയിൽനിന്ന് തിക

ച്ചും പാപ്പരായി ജോലിയന്വേഷിച്ച് ഗ്രാമത്തിനുവെളിയിൽ പോകാൻ നിർബന്ധിക്കപ്പെടുന്നവരുടെ എണ്ണം അടിക്കടി വർധിച്ചു. ഗ്രാമീണജീവിതമാകെ തകർച്ചയിൽനിന്ന് തകർച്ചയിലേക്ക് നീങ്ങി.

ഇതൊന്നും ഇന്ത്യയിൽമാത്രം ആദ്യമായി നടക്കുന്നതല്ല. ഇംഗ്ലണ്ടിലും മറ്റ് യൂറോപ്യൻരാജ്യങ്ങളിലും മുതലാളിത്തത്തിന്റെ വളർച്ചയുടെ ആദ്യഘട്ടത്തിൽ ഇതേപോലുള്ള പാപ്പരീകരണമാണ് നടന്നത്. അതിന്റെ ഫലമായി സ്വത്തുക്കളും ജീവിതസൗകര്യങ്ങളും നഷ്ടപ്പെട്ടവരെ ചുരുങ്ങിയ കൂലിക്ക് പണിയെടുപ്പിച്ച് വൻതുകകൾ ലാഭമായി എടുത്തുകൊണ്ടാണ് ഇംഗ്ലണ്ടിലും മറ്റ് യൂറോപ്യൻരാജ്യങ്ങളിലും ബൂർഷ്വാവർഗം വളർന്നത്. അതിന്റെ ഹൃദയഭേദകമായ കഥ കാൾമാർക്സ് *മൂലധന*ത്തിലും എംഗൽസ് *ഇംഗ്ലണ്ടിലെ തൊഴിലാളിവർഗത്തിന്റെ സ്ഥിതി* എന്ന ഗ്രന്ഥത്തിലും വിവരിച്ചിട്ടുണ്ട്. സത്യസന്ധതയുള്ള ബൂർഷ്വാപണ്ഡിതൻമാരും മുതലാളിത്തവളർച്ചയുടെ ഇരുണ്ടവശം നന്നായി ചിത്രീകരിച്ചിട്ടുണ്ട്.

പക്ഷെ, ഇന്ത്യയിലെ മുതലാളിത്തവളർച്ച യൂറോപ്പിലേതിൽനിന്ന് വ്യത്യസ്തമാണ്. ഇവിടെ കൃഷിക്കാരും കൈത്തൊഴിൽക്കാരും പാപ്പരാവുകയേ ഉണ്ടാവുകയുള്ളു. പാപ്പരാവുന്നവരിൽ ഭൂരിപക്ഷത്തിന് യൂറോപ്യൻ രാജ്യങ്ങളിലേതുപോലെ ചുരുങ്ങിയ കൂലിക്കും ക്രൂരമായ സേവനവ്യവസ്ഥകളിലുമെങ്കിലും ജോലി കിട്ടാനുള്ള സൗകര്യമില്ല. പരമ്പരാഗതമായി കൈത്തൊഴിലുകളിൽ ഏർപ്പെട്ടിരുന്നവരെ പാപ്പരാക്കുന്നതോടൊപ്പംതന്നെ, ഒരു നാടൻ മുതലാളിവർഗം വളർന്ന് സ്വന്തം രാജ്യത്തെ മുതലാളിമാർക്ക് ഭീഷണിയായിത്തീരാതെ കഴിക്കുകകൂടി ചെയ്യുന്നത് ബ്രിട്ടീഷ്ഭരണമേധാവികളുടെ താല്പര്യമായിരുന്നു. സ്വന്തം രാജ്യത്ത് ആധുനിക യന്ത്രയുഗം ഉദ്ഘാടനംചെയ്ത ബ്രിട്ടീഷ് മുതലാളിമാർ അത് ഇന്ത്യയിലേക്ക് വ്യാപിക്കാതെ കഴിയാൻവേണ്ട എല്ലാ കരുതലുകളും എടുത്തു.

അങ്ങനെ ഇംഗ്ലണ്ടിലും യൂറോപ്യൻരാജ്യങ്ങളിലും കൃഷിക്കാർ, കൈത്തൊഴിൽക്കാർ എന്നിവരുടെ തകർച്ചയിൽനിന്ന് ഉയർന്നുവന്ന തൊഴിലാളിവർഗത്തിനുപകരം ഇവിടെ രൂപംകൊണ്ടത് അനുദിനം വളർന്നുവരുന്ന തൊഴിലില്ലാപട്ടാളമാണ്. ബ്രിട്ടീഷ് ഭരണകാലംതൊട്ട് ഇന്നേവരെ തുടർന്നുവരുന്ന സ്ഥിതിയാണിത്.

എന്നാൽ, സ്വന്തം നിലനിൽപ്പിനും വളർച്ചയ്ക്കുംതന്നെ, പരിമിതമായ തോതിൽ വ്യാവസായികവളർച്ച അനുപേക്ഷണീയമാക്കിത്തീർക്കുന്ന ചില നടപടികളെടുക്കാൻ ബ്രിട്ടീഷ്ഭരണാധികാരികൾ നിർബന്ധിക്കപ്പെട്ടു. ഇന്ത്യയുടെ ഏത് കുഗ്രാമത്തെയും ലോകകമ്പോളവുമായി ബന്ധപ്പെടുത്തുന്നതിനുള്ള അവശ്യോപാധി എന്ന നിലയ്ക്ക് തീവണ്ടിഗതാഗതം അവർക്ക് ഏർപ്പെടുത്തേണ്ടിവന്നു. അസ്വസ്ഥപ്രദേശങ്ങളിലേക്ക് ആവശ്യാനുസരണം പട്ടാളവിഭാഗങ്ങളെ അയയ്ക്കാനും റെയിൽവേഗതാഗതം ആവശ്യമായിരുന്നു. റെയിൽവേഗതാഗതത്തിന്റെ

തുടക്കമാകട്ടെ, എൻജിനുകളുടെ കേടുപാടുകൾ തീർക്കുക മുതലായ അത്യാവശ്യജോലികൾ നടത്തുന്ന ജോലിസ്ഥലങ്ങൾ (വർക്ക്ഷോപ്പുകൾ) ഏർപ്പെടുത്തിയേ കഴിയൂ എന്ന സ്ഥിതിയിലെത്തിച്ചു. അനിവാര്യമായും വ്യവസായവൽക്കരണത്തിൽ ചെന്നെത്തുന്ന ഒരു പ്രക്രിയയുടെ തുടക്കമാണിതെന്ന് കാൾ മാർക്സ് ദീർഘദർശനം ചെയ്തത് ശരിയാണെന്ന് അനന്തരകാലസംഭവങ്ങൾ തെളിയിച്ചു.

റെയിൽവേഗതാഗതത്തിന്റെ കാര്യത്തിൽ മാത്രമല്ല മറ്റ് പലതിലും ആധുനികവ്യാവസായികസമൂഹത്തിന്റെ ബീജാവാപം നടത്താൻ ബ്രിട്ടീഷ് ഭരണാധികാരികൾ നിർബന്ധിക്കപ്പെട്ടു. ബൂർഷ്വാ അടിസ്ഥാനത്തിലുള്ള തങ്ങളുടെ ഭരണം ഉറപ്പിക്കുന്നതിന് ഒരു നാടൻ ബൂർഷ്വാ ബുദ്ധിജീവി വിഭാഗത്തെ വളർത്തിയെടുക്കുന്നത് അവർക്ക് ആവശ്യമായിവന്നു. വ്യാപാരരംഗത്തും ഭരണതലത്തിലും തങ്ങളെ സഹായിക്കാൻ കഴിവുള്ള കമ്മീഷൻ ഏജന്റുമാർ, ഗുമസ്തൻമാരും മറ്റ് കീഴ്ജീവനക്കാരും എന്നിവരെ വാർത്തെടുക്കുകയെന്ന ഉദ്ദേശ്യത്തോടെ, പരമ്പരാഗതമായ ഇന്ത്യൻവിദ്യാഭ്യാസ വ്യവസ്ഥയ്ക്ക് പകരം ഇംഗ്ലീഷുഭാഷ, അതിന്റെ സാഹിത്യം, ആധുനികസയൻസ് മുതലായ വിഷയങ്ങൾ പഠിപ്പിക്കുന്ന ഒരു വിദ്യാഭ്യാസരീതി വാർത്തെടുക്കേണ്ടിവന്നു. അതിന്റെ പ്രേരണാശക്തിയായി പ്രവർത്തിച്ച മെക്കാളെപ്രഭു രേഖപ്പെടുത്തിയതുപോലെ, "ഉടുപ്പിലും നടപ്പിലും വിചാരഗതിയിലുമെല്ലാം ഇംഗ്ലീഷുകാരനായ ഇന്ത്യക്കാരുടെ" തലമുറകൾ വാർത്തെടുക്കലാണ് ഈ വിദ്യാഭ്യാസരീതിയുടെ ലക്ഷ്യം.

പുതിയ വിദ്യാഭ്യാസരീതിയോടൊപ്പം 'ഇന്ത്യക്കാരുടെ മുതലാളിത്തവൽക്കരണ'ത്തിന് സഹായകമായ മറ്റുചില ഏർപ്പാടുകളും നിലവിൽവരുത്താൻ ബ്രിട്ടീഷ്ഭരണം സഹായിച്ചു. അതിലൊന്നാണ് ആധുനികബൂർഷ്വാരീതിയിൽ പത്രങ്ങളും ആനുകാലികപ്രസിദ്ധീകരണങ്ങളും പുറത്തിറക്കുക, ഗ്രന്ഥങ്ങൾ തർജമവഴിയും അല്ലാതെയും പ്രസിദ്ധീകരിക്കുക മുതലായവയ്ക്ക് പറ്റുന്ന അച്ചടിയന്ത്രങ്ങളുടെ പ്രചാരം. ഇതോടൊപ്പംതന്നെ, ഇന്ത്യയുടെ വിവിധപ്രദേശങ്ങളെ അന്യോന്യം ഘടിപ്പിക്കുന്ന തപാൽ, കമ്പി മുതലായ ഏർപ്പാടുകളും വന്നു. ഗ്രാമങ്ങളുടെ സ്വയംസമ്പൂർണ്ണതയെ തികച്ചും നശിപ്പിച്ച് ആധുനിക ബൂർഷ്വാരീതിയിൽ സമൂഹത്തെ പുനഃസംഘടിപ്പിക്കാൻ ചെറുതെങ്കിലും പ്രധാനമായ ഓരോ കാൽവയ്പ്പായിരുന്നു ഇതോരോന്നും.

ഇന്ത്യൻ ഉപഭൂഖണ്ഡത്തിലെ വിവിധ ജനവിഭാഗങ്ങളെ പുതിയൊരു രീതിയിൽ പുനഃസംഘടിപ്പിക്കുന്നതിന്റെ തുടക്കമായിരുന്നു അത്. വർണത്തിന്റെയും ജാതിയുടെയും മതത്തിന്റെയും അടിസ്ഥാനത്തിലാണ് അതേവരെ ജനവിഭാഗങ്ങളെ വേർതിരിച്ചിരുന്നത്. ദൈനംദിന വ്യവഹാരത്തിൽ കൂടുതൽ പ്രധാനമായതാകട്ടെ ഭാഷയാണ്. വൈകാരികമായി ജനങ്ങളെ പരസ്പരം ഇണക്കുന്നത് സംസ്കാരവും. പത്രമാസികാദികളുടെയും പുസ്തകങ്ങളുടെയും അച്ചടിയുടെയും പ്രചാരത്തിന്റെ ഫലമായി ഭാഷ

യുടെ പ്രാധാന്യം വർധിച്ചു. അതിന്റെ അടിസ്ഥാനത്തിൽ മലയാളി, മറാഠി, ബംഗാളി, തമിഴൻ....തുടങ്ങിയ പുതിയ ദേശീയബോധങ്ങൾ രൂപപ്പെടാൻ തുടങ്ങി. ഭൂവിഭാഗത്തെയും ഭാഷയെയും കൂട്ടിച്ചേർത്തുകൊണ്ട് ഐക്യകേരളം, വിശാലാന്ധ്ര, സമ്പൂർണമഹാരാഷ്ട്രം...തുടങ്ങിയ മുദ്രാവാക്യങ്ങൾക്ക് രൂപംനൽകിയതും അവസാനം ഭാഷയുടെ അടിസ്ഥാനത്തിലുള്ള സംസ്ഥാനങ്ങളുടെ പുനഃസംഘടനയിലേക്കു കൊണ്ടുചെന്നെത്തിച്ചതുമായ പ്രക്രിയയുടെ തുടക്കം ഇതാണ്.

പരമ്പരാഗതമായി ശീലിച്ചുപോന്നിട്ടുള്ള ജീവിതരീതിക്കെതിരായതിനാൽ ബഹുഭൂരിപക്ഷം ജനങ്ങൾക്ക് ഇതിനോടെല്ലാം ആന്തരമായി ഇണങ്ങാൻ കഴിഞ്ഞില്ല. പോരെങ്കിൽ, ഇതിന്റെ ഫലമായി കൃഷിക്കാർ, കൈത്തൊഴിൽക്കാർ മുതലായവർ അധികമധികം പാപ്പരായി വന്നിരുന്നതിനാൽ അവർക്ക് പുതിയ ഭരണാധികാരികളോട് കഠിനമായ എതിർപ്പുണ്ടായിരുന്നു. ഹൈന്ദ –ഇസ്ലാമിക മതങ്ങളിലും അവയുടേതായ സംസ്കാരത്തിലും ഉറച്ചിരുന്ന ജനകോടികൾ, മതമേധാവികളോടു ചേർന്നു പുതിയ വൈദേശിക സംസ്കാരത്തിനും ജീവിതരീതിക്കുമെതിരായി ഇളകിപ്പുറപ്പെടുകതന്നെ ചെയ്തു.

എന്നാൽ, ഇതിനൊരു മറുപുറമുണ്ട്. വർണ (ജാതി) വ്യവസ്ഥയുടെ ഭാരംതാങ്ങിയിരുന്ന അവശജാതിക്കാർക്കിടയിൽ തങ്ങളുടെ അവശത നീക്കാൻ സഹായിക്കുന്നവരാണ് പുതിയ ഭരണാധികാരികളെന്ന ബോധം പതുക്കെപ്പതുക്കെയായിട്ടെങ്കിലും വളരാൻ തുടങ്ങി. 'കീഴ്ജാതി'ക്കാരെ ഭരണത്തിൽനിന്നും സാംസ്കാരികമേന്മയിൽനിന്നും ഒഴിച്ചുനിർത്തിയിരുന്ന മുൻഭരണാധികാരികൾക്കുപകരം മേൽജാതി, കീഴ്ജാതി വ്യത്യാസമില്ലാതെ എല്ലാ ഇന്ത്യക്കാർക്കും അവസരസമത്വം നൽകുന്നവരാണ് പുതിയ ഭരണാധികാരികളെന്ന് അവർ കണ്ടു. മേൽജാതികളിൽപ്പെട്ടവരിൽത്തന്നെ ഒരു ചെറുന്യൂനപക്ഷം സമൂഹത്തിന്റെ വളർച്ചമുട്ടിക്കുന്ന പരമ്പരാഗത വർണ (ജാതി) വ്യവസ്ഥയ്ക്കും അതിന്റേതായ സംസ്കാരത്തിനും എതിരായി പ്രവർത്തിക്കാൻ തുടങ്ങി. ആധുനികമുതലാളിത്തത്തിന്റേതായ സാമൂഹ്യക്രമവും സംസ്കാരവും വാർത്തെടുക്കാനുള്ള ശ്രമത്തിൽ അവർ ഏർപ്പെട്ടു. അവശജാതിക്കാരിലെന്നപോലെ തന്നെ സവർണരിലൊരു ന്യൂനപക്ഷത്തിലും സാമൂഹ്യവും സാംസ്കാരികവുമായ മൗലിക പരിവർത്തനങ്ങളുടേതായ ഒരു പ്രസ്ഥാനം ഉടലെടുത്തുവെന്നർത്ഥം.

ഈ രണ്ടു വിഭാഗങ്ങൾ–പുത്തൻ ഭരണക്കാർക്കെതിരായി രംഗത്തുവരുന്ന സാധാരണക്കാരും പുത്തൻഭരണത്തെ സ്വാഗതംചെയ്യുന്ന പുത്തൻ വരേണ്യവർഗവും–തമ്മിൽ ഒരേറ്റുമുട്ടൽ നടന്ന സന്ദർഭമാണ് 1857 ൽ തുടങ്ങി ഏതാനും മാസക്കാലം വടക്കെ ഇന്ത്യയെ പിടിച്ചുകുലുക്കിയ ജനകീയകലാപം. അതിന്റെ മുന്നോടി എന്ന നിലയ്ക്ക് കേരളമടക്കം ഇന്ത്യയുടെ നാനാഭാഗത്തും ഒട്ടേറെ ബ്രിട്ടീഷ് വിരുദ്ധലഹളകൾ പൊട്ടിപ്പുറപ്പെട്ടിരുന്നു.

അവയിലോരോന്നിനും നേതൃത്വം നൽകിയത് ബ്രിട്ടീഷ് മുന്നേറ്റത്തെത്തുടർന്ന് അധികാരാവകാശങ്ങൾ നഷ്ടപ്പെട്ട ഫ്യൂഡൽപ്രഭുക്കളായിരുന്നു. പക്ഷെ, അവർക്കു പിന്നിൽ അണിനിരന്നത് പണത്തിന്റെ കടന്നാക്രമണം നിമിത്തം പാപ്പരീകരിക്കപ്പെട്ടുവരുന്ന കൃഷിക്കാർ, കൈത്തൊഴിൽക്കാർ, പരമ്പരാഗതസംസ്കാരം തകരുന്നതുകണ്ട് വേദനിക്കുന്ന ബുദ്ധിജീവികളും മതവിശ്വാസികളും, വിദേശീയാധിപത്യം ഉറയ്ക്കാനനുവദിക്കരുതെന്ന വാശിയോടെ സമരരംഗത്തിറങ്ങിയ ദേശാഭിമാനികൾ എന്നിവരായിരുന്നു.

ബ്രിട്ടീഷ്പട്ടാളത്തിൽ ഇന്ത്യക്കാരായ പടയാളികൾക്കെതിരായി നടന്നിരുന്ന വിവേചനം, അവരിൽ ഗണ്യമായ ഒരു വിഭാഗത്തിന്റെ വികാരങ്ങളെ വ്രണപ്പെടുത്തുന്ന ചില ഔദ്യോഗികനടപടികൾ എന്നിവയാണ് പെട്ടെന്നൊരു കലാപത്തിന് തീകൊടുത്തത്. ഇതാണതിന് 'ശിപായിലഹള'യെന്ന പേർ കൊടുക്കാൻ ബ്രിട്ടീഷ് ഭരണാധികാരികളെ പ്രേരിപ്പിച്ചത്.

എന്നാൽ, ഈ കലാപത്തിൽനിന്ന് ഒഴിഞ്ഞുനിൽക്കുക മാത്രമല്ല അതിനെ ഹൃദയപൂർവ്വം എതിർക്കുകകൂടി ചെയ്യുന്ന ഒരു വിഭാഗവും ഈ സന്ദർഭത്തിൽത്തന്നെ രംഗത്തു വന്നു. പരമ്പരാഗതമായ ഇന്ത്യൻസമൂഹത്തെയും സംസ്കാരത്തെയും ബൂർഷ്വാ അടിസ്ഥാനത്തിൽ പുനഃസംഘടിപ്പിക്കാൻ ബോധപൂർവവും സംഘടിതവുമായി പ്രവർത്തിച്ചിരുന്നവരാണവർ. പരമ്പരാഗതമായ വർണ (ജാതി) വ്യവസ്ഥയുടെ തലപ്പത്തിരിക്കുന്ന ജാതികളിൽപ്പെട്ട ചില ബുദ്ധിജീവികളാണ് ഈ പ്രസ്ഥാനത്തിന് നേതൃത്വം നൽകിയിരുന്നതെങ്കിലും, പുതിയ ബൂർഷ്വാ സാംസ്കാരികാന്തരീക്ഷത്തിൽ സാമൂഹ്യനീതിയെ ആസ്പദമാക്കിയ അവകാശബോധത്തോടെ മുന്നേറുന്ന അവശജനതയിൽ ഒരു മുഖ്യവിഭാഗവും ഇതിന്റെ കൂടെയായിരുന്നു.

ഇതിനു പൂർണവും രാജ്യവ്യാപകവുമായ രൂപം ലഭിച്ചത് കലാപം അമർത്തപ്പെട്ട് ഏതാനും പതിറ്റാണ്ടുകൾക്കുശേഷമാണെങ്കിലും ബംഗാളിൽ സാമാന്യം വ്യാപകമായിത്തന്നെ അത് വളർന്നു കഴിഞ്ഞിരുന്നു. യൂറോപ്പിലെ ബൂർഷ്വാനവോത്ഥാനത്തോട് പരിമിതമായ സാദൃശ്യമുള്ള ഒരു പ്രസ്ഥാനം 1857 ലെ കലാപത്തിന് അരനൂറ്റാണ്ടോളം മുമ്പ് ബംഗാളിൽ രൂപമെടുക്കാൻ തുടങ്ങിയിരുന്നു. ഹൈന്ദവസമൂഹത്തിൽ പരമ്പരാഗതമായി നടന്നിരുന്ന സതി, നിത്യവൈധവ്യം മുതലായവയ്ക്കെതിരായി സ്ത്രീവിദ്യാഭ്യാസമടക്കം സാമൂഹ്യ പരിഷ്ക്കാരങ്ങൾക്കുവേണ്ടിയുള്ള പ്രസ്ഥാനമായിരുന്നു അത്.

മെക്കാളെ പ്രഭു വിഭാവനം ചെയ്തിരുന്നതുപോലെ "ഉടുപ്പിലും നടപ്പിലും വിചാരഗതിയിലുമെല്ലാം ഇംഗ്ലീഷുകാരായ" ഇന്ത്യക്കാരുടെ തലമുറകൾ വളർന്നുവരാൻ തുടങ്ങിയിരുന്നുവെന്നതിന്റെ സൂചനയല്ലേ ഇതെന്ന് സംശയം തോന്നാം. എന്നാൽ, ഈ പുതിയ തലമുറതന്നെ സാമൂഹ്യ പരിഷ്കാരത്തോടും സാംസ്കാരിക നവീകരണത്തോടുമൊപ്പം

ദേശീയസ്വാതന്ത്ര്യത്തിനും കൊതിച്ചിരുന്നുവെന്നതിന് തെളിവുകളുണ്ട്. സാംസ്കാരികനവോത്ഥാനത്തിന് സമുന്നത നേതാക്കളിലൊരാളായിരുന്ന റാംമോഹൻറായ് വിദേശസഞ്ചാരം നടത്തുന്നതിനിടയ്ക്ക് ഫ്രാൻസിലൂടെ കടന്നുപോയപ്പോൾ ആ രാജ്യത്തു നടന്ന ഐതിഹാസികവിപ്ലവത്തോട് തനിക്കുള്ള വൈകാരികപ്പൊരുത്തം പ്രകടിപ്പിച്ചത് ഇതിനൊരുദാഹരണമാണ്. ഇന്ത്യൻ സമൂഹത്തെയും സംസ്കാരത്തെയും നവീകരിക്കുന്നതിൽ ഇംഗ്ലണ്ടിന്റെ നേതൃത്വമംഗീകരിക്കുന്ന "ഈ ഇന്ത്യയിൽ ജനിച്ച ഇംഗ്ലീഷുകാരുടെ" ഭാവിതലമുറകൾ ഇംഗ്ലണ്ടിലെന്നപോലെ ഇന്ത്യക്കും ദേശീയസ്വാതന്ത്ര്യം, പാർലമെന്ററി ജനാധിപത്യം എന്നിവയുടേതായ രാഷ്ട്രീയസംവിധാനത്തിനുവേണ്ടി പ്രവർത്തിക്കുമെന്നതിന്റെ മുന്നറിയിപ്പായിരുന്നു ഇത്.

ഇതിന്റെ തുടർച്ചയാണ് 1857 ലെ കലാപത്തെ തുടർന്ന് ഏതാനും വർഷങ്ങൾക്കുള്ളിൽ രൂപംകൊണ്ട ദേശീയ സ്വാതന്ത്ര്യപ്രസ്ഥാനം. അതിന് ആദ്യം രൂപംനൽകിയവർ "ഉടുപ്പിലും നടപ്പിലും വിചാരഗതിയിലും ഇംഗ്ലീഷുകാരായ" ഇന്ത്യക്കാരായിരുന്നു. ഇംഗ്ലണ്ടിലെന്നപോലെ ഇന്ത്യയിലും സാമ്പത്തികരംഗത്ത് നവീകരണം വേണമെന്നായിരുന്നു അവരുടെ ആവശ്യം. ഇംഗ്ലീഷുകാർ ഇന്ത്യയെ ബോധപൂർവംതന്നെ ഒരു പിന്നണി രാജ്യമാക്കി നിർത്തുകയാണെന്ന ആരോപണം അവർ ഉന്നയിച്ചു. സ്വന്തം രാജ്യത്തെ ഐശ്വര്യത്തിലേക്ക് നയിക്കുന്നതിനുവേണ്ടി ഇന്ത്യൻജനതയെ കൊള്ളയടിക്കുകയാണ് ഇംഗ്ലണ്ടിലെ ഭരണാധികാരികൾ ചെയ്യുന്നതെന്ന് അക്കമിട്ടു വസ്തുതകൾ നിരത്തിവച്ചുകൊണ്ട് അവർ തെളിയിച്ചു. ഈ വസ്തുതകൾ ജനങ്ങളെ പറഞ്ഞു മനസ്സിലാക്കാനും ഇന്ത്യയുടെ സാമ്പത്തികപുരോഗതിക്കുവേണ്ടി പ്രയത്നിക്കാനും തയാറുള്ള ഒരു ചെറുസംഘം ബുദ്ധിജീവികൾ അവരുടെ ഇടയിൽനിന്നുയർന്നുവന്നു.

സാമ്പത്തിക നവീകരണത്തിനുള്ള ഈ പ്രസ്ഥാനം ഏതാനും വർഷങ്ങൾക്കകത്ത് ഭരണരംഗത്തേക്കും വ്യാപിച്ചു. ഇന്ത്യൻ ഭരണയന്ത്രത്തിന്റെ മേലേക്കിടയിലുള്ള സ്ഥാനങ്ങളിൽനിന്ന് ഇന്ത്യക്കാരെ ഒഴിച്ചുനിർത്തുന്നതിനെതിരായി ഒരു പ്രക്ഷോഭം തന്നെ ഉയർന്നുവന്നു. "ഉടുപ്പിലും നടപ്പിലും വിചാരഗതിയിലും ഇംഗ്ലീഷുകാരായ" ഒരു ചെറുന്യൂനപക്ഷത്തെ മാത്രം ബാധിക്കുന്നതാണീ പ്രശ്നമെങ്കിലും ഇന്ത്യൻജനതയുടെ മുഴുവൻ ആത്മാഭിമാനത്തിന് ക്ഷതമേൽപ്പിക്കുന്ന ഒന്നായി അതിവേഗം അതു മാറി. ഭരണരംഗത്തെ ബാധിക്കുന്ന മറ്റ് ചില പ്രശ്നങ്ങളും പതുക്കെപ്പതുക്കെയായി ഉയർന്നുവരാൻ തുടങ്ങി. ഇംഗ്ലണ്ടിലെന്നപോലെ ഇവിടെയും ഭരണാധികാരികളുടെമേൽ നിയന്ത്രണം ചെലുത്താൻ അധികാരമുള്ള ജനപ്രതിനിധിസഭകൾ രൂപംകൊള്ളണമെന്ന ആവശ്യം ഉയർന്നുവന്നു.

ഭരണപരവും രാഷ്ട്രീയവുമായ ഈ ആവശ്യങ്ങൾ നേടിയെടുക്കുന്നതിന് സഹായിക്കുന്നവയെന്ന നിലയ്ക്ക് ചില പ്രാദേശിക രാഷ്ട്രീയ

സംഘടനകൾ രൂപംകൊള്ളാൻതുടങ്ങി. ഈ പ്രാദേശിക സംഘടനകളുടെ പ്രവർത്തനം ഏകോപിപ്പിക്കുന്നതിന് ഒരഖിലേന്ത്യാ രാഷ്ട്രീയ സംഘടന രൂപമെടുത്തു. അതാണ് ഇന്ത്യൻ നാഷണൽ കോൺഗ്രസ്.

ഇതിനു രൂപംനൽകുന്നതിൽ "ഉടുപ്പിലും നടപ്പിലും വിചാരഗതിയിലും ഇംഗ്ലീഷുകാരായ" ഇന്ത്യക്കാർ മാത്രമല്ല മുൻനിന്നത്. അവർക്ക് അക്കാര്യത്തിൽവേണ്ട ഒത്താശകൾ നൽകാൻ ഭരണയന്ത്രത്തിന്റെ ഉന്നതതലങ്ങളിൽ പ്രവർത്തിക്കുന്ന ഏതാനും ഇംഗ്ലീഷുകാരും ഉണ്ടായിരുന്നു. ഭരണപരമായ ചുമതലകൾ നിർവഹിക്കുന്നതിനിടയ്ക്ക് തങ്ങൾക്കനുഭവപ്പെട്ട ജനവികാരമാണ് ഇതിനവരെ പ്രേരിപ്പിച്ചത്.

അനുദിനം പാപ്പരായിക്കൊണ്ടിരിക്കുന്ന ഗ്രാമീണജനതയിൽ അസ്വസ്ഥത വളർന്നുവരികയാണെന്നും അതിനെ വെറും ഭരണനടപടികൾകൊണ്ട് തടുത്തുനിർത്താനാവില്ലെന്നും ഈ ഭരണമേധാവികൾ കണ്ടു. തങ്ങളെ വിശ്വസിക്കുന്നവരും തങ്ങൾക്കു വിശ്വസിക്കാവുന്നവരുമായ അഭ്യസ്തവിദ്യരുടെ നേതൃത്വത്തിൽ ഇംഗ്ലീഷുഭരണക്കാരുടെ അധീശത്വത്തെ വെല്ലുവിളിക്കാത്ത തരത്തിൽ മിതമായ ചില പരിഷ്കാരങ്ങൾ വരുത്താനാവശ്യപ്പെടുന്ന ഒരു അനൗദ്യോഗിക സംഘടനയ്ക്കുമാത്രമേ വളർന്നുവരുന്ന ജനകീയാസ്വാസ്ഥ്യത്തെ 'നേർവഴിക്ക്' നയിക്കാനാവൂ എന്ന നിഗമനത്തിൽ അവർ ചെന്നെത്തി. സ്വന്തം രാജ്യത്ത് പാർലമെന്റും അതിനകത്തെ പ്രതിപക്ഷവും നിറവേറ്റുന്നചുമതലകൾ ഏറ്റെടുക്കുന്ന ഇന്ത്യക്കാരുടെതായ ഒരു രാഷ്ട്രീയ സംഘടനയ്ക്കുമാത്രമേ ഭരണാധികാരികളെന്നനിലയ്ക്ക് തങ്ങൾക്കുണ്ടാവേണ്ട സുരക്ഷിതത്വം നൽകുകയുള്ളു എന്ന കണക്കുകൂട്ടലോടെയാണ് ഇന്ത്യൻ നാഷണൽ കോൺഗ്രസ് എന്ന സംഘടനയ്ക്ക് രൂപം നൽകുന്നതിൽ ഈ ഉയർന്ന ഇംഗ്ലീഷ് ഉദ്യോഗസ്ഥന്മാർ മുൻനിന്നത്.

എട്ട്

ഇന്ത്യൻ നാഷണൽ കോൺഗ്രസിന് രൂപംനൽകുമ്പോൾ ഈ വിഭാഗത്തിൽപ്പെട്ട ഉദ്യോഗസ്ഥന്മാർക്കുണ്ടായിരുന്ന കണക്കുകൂട്ടൽ അവരുദ്ദേശിച്ചതുപോലെ ഫലിച്ചില്ല. കോൺഗ്രസ് രൂപമെടുത്ത കാലത്ത് അതിനുണ്ടായിരുന്ന സ്വഭാവം പതുക്കെപ്പതുക്കെയായി മാറാൻ തുടങ്ങി. തികച്ചും മിതമായ ചില ഭരണപരിഷ്കാരങ്ങൾക്കുവേണ്ടി 'ബഹുമാനപ്പെട്ട ഗവൺമെന്റി'ന്റെ മുമ്പിൽ 'വിനയപൂർവം നിവേദനം' നടത്തുന്ന സംഘടനയെന്ന ആദ്യകാലസ്വഭാവം വിട്ട് ഇംഗ്ലീഷ്മേധാവിത്വത്തിൽനിന്ന് തികച്ചും സ്വതന്ത്രമായ ഇന്ത്യയെന്ന ലക്ഷ്യംവച്ച് ജനകോടികളെ അണിനിരത്തി സമരരംഗത്തിറങ്ങുന്ന ഒരു സംഘടനയായി കോൺഗ്രസ് മാറി. ഇംഗ്ലീഷുകാരുണ്ടാക്കുന്ന നിയമത്തിന്റെ നാലതിരുകൾക്കകത്തുനിന്നു പ്രവർത്തിക്കുന്ന ആദ്യകാലപ്രക്ഷോഭരീതി നിയമലംഘനവും സത്യഗ്രഹവുമടക്കം പല രൂപത്തിലുമുള്ള ബഹുജനസമരങ്ങൾക്ക് വഴിമാറിക്കൊടുത്തു. ഒന്നിനുപുറകെ മറ്റൊരു തലമുറ ദേശീയസ്വാതന്ത്ര്യസമരത്തിന്റെ ചുക്കാൻ പിടിക്കുക, ഓരോന്നും അതിനു മുമ്പത്തേതിനേക്കാൾ കൂടുതൽ ജനവിഭാഗങ്ങളെ വിദേശീയമേധാവിത്വത്തിനെതിരായി അണിനിരത്തുക, അതിന്റെ ഫലമായി കൂടുതൽ കൂടുതൽ ബഹുജനാടിസ്ഥാനമുള്ള പ്രക്ഷോഭങ്ങളും സമരങ്ങളും മുന്നേറുക–ഈ വഴിക്കു കോൺഗ്രസ് മുന്നേറി.

ഇതിന്റെ ഫലമായി അവസാനം ഇംഗ്ലീഷുകാർക്ക് ഭരണം വിട്ടൊഴിഞ്ഞ് ഇന്ത്യൻജനതയെ–അവർ തെരഞ്ഞെടുത്ത പ്രതിനിധികളെ–അധികാരം ഏൽപ്പിക്കേണ്ടിവന്നു. 1857 ലെ കലാപം അടിച്ചമർത്തപ്പെട്ട് തൊണ്ണൂറുവർഷം തികയുന്നതിനുമുമ്പ് ഇന്ത്യ സ്വതന്ത്രയായി.

എന്നാൽ, ഇന്ത്യയുടെ ദേശീയസ്വാതന്ത്ര്യത്തിനുവേണ്ടി പൊരുതി

യിരുന്നവരുടെ ആഗ്രഹം സഫലീകരിക്കും വിധത്തിലല്ല ഇംഗ്ലീഷുകാർ ഇന്ത്യയുടെ ഭരണം കൈവിട്ടു പോയത്. പടിഞ്ഞാറ് അതിർത്തിസംസ്ഥാനവും പഞ്ചാബും മുതൽ കിഴക്ക് ആസാമും അയൽപ്രദേശങ്ങളും വരെയുള്ള ഇന്ത്യയിലായിരുന്നു ബ്രിട്ടീഷുകാർ ഭരണം നടത്തിയിരുന്നത്. അവർ ഒഴിഞ്ഞുപോയതാകട്ടെ, ഇന്ത്യൻ യൂണിയൻ, പാകിസ്ഥാൻ എന്ന രണ്ടു രാജ്യങ്ങളുടെ തലവൻമാരെ പുതിയ ഭരണാധികാരികളായി വാഴിച്ചുകൊണ്ടാണ്. ഇത്തരത്തിൽ ഭരണകൈമാറ്റം നടക്കുന്നതിനു തൊട്ടു മുമ്പും നടക്കുമ്പോഴും, രണ്ടുരാജ്യത്തിനകത്തും ചരിത്രത്തിലിതേവരെ ഉണ്ടാകാത്തതിനേക്കാളേറെ ദാരുണമായ കൂട്ടക്കൊലകളും കൊള്ളകളും കൊള്ളിവയ്പ്പുകളും മറ്റും നടക്കുകയായിരുന്നുതാനും. പുതിയ രണ്ടു സ്വതന്ത്രരാജ്യങ്ങളിലും സ്വാതന്ത്ര്യദിനം ആഘോഷിച്ച് ദിവസങ്ങൾക്കകംതന്നെ ഇരുരാജ്യങ്ങളുടെയും പട്ടാളങ്ങൾ തമ്മിൽ ഏറ്റുമുട്ടുകയും ഏറ്റുമുട്ടലിനിടയാക്കിയ പ്രദേശത്തിന്റെ–ജമ്മുകാശ്മീർ സംസ്ഥാനത്തിന്റെ–നിയന്ത്രണം സംബന്ധിച്ച തർക്കം ഒരു തീരാപ്രശ്നമായി മാറുകയും ചെയ്തു.

ഈ വിധത്തിലുണ്ടായ 'സ്വാതന്ത്ര്യലബ്ധി' സ്വാതന്ത്ര്യസമരത്തിന്റെ സർവസൈന്യാധിപ'നെന്നും 'രാഷ്ട്രപിതാ'വെന്നും മറ്റും വിശേഷിപ്പിക്കപ്പെട്ട മഹാത്മാഗാന്ധിയെ അത്യധികം വേദനിപ്പിച്ചു. സ്വാതന്ത്ര്യദിനാഘോഷത്തിൽ പങ്കെടുക്കാനദ്ദേഹം കൂട്ടാക്കിയില്ല. തനിക്കുചുറ്റും നടമാടുന്ന മാരകമായ സംഭവങ്ങൾക്കിരയായി കേഴുന്ന ജനലക്ഷങ്ങളുടെ കണ്ണീരൊപ്പാനും പുതിയ രണ്ടു സ്വതന്ത്രരാജ്യങ്ങൾ തമ്മിൽ യുദ്ധം പൊട്ടിപ്പുറപ്പെടാതെ കഴിക്കാനും മറ്റും തന്റെ ജീവിതാന്ത്യം ഉഴിഞ്ഞുവയ്ക്കുകയാണദ്ദേഹം ചെയ്തത്. സ്വാതന്ത്ര്യസമരം നടക്കുന്ന കാലത്ത് തന്റെ അടുത്ത സഹപ്രവർത്തകരായിരുന്ന പുതിയ ഭരണാധികാരികളുടെ ചെയ്തികളിലും അദ്ദേഹം ദുഃഖിതനായിരുന്നു. സ്വന്തം ജീവിതലക്ഷ്യം സാധിച്ചുവെന്ന കൃതാർഥതയല്ല, വിലപ്പെട്ട സർവവും തനിക്കു നഷ്ടപ്പെട്ടുവെന്ന നിരാശാബോധമാണ് 'സ്വാതന്ത്ര്യലബ്ധി' അദ്ദേഹത്തിൽ ഉളവാക്കിയത്.

സ്വതന്ത്രഇന്ത്യയുടെ ഉത്ഭവമെന്നപോലെതന്നെ മഹാത്മാഗാന്ധിയുടെ ജീവിതാന്ത്യവും ദുരന്തമയമായിരുന്നു. സ്വാതന്ത്ര്യലബ്ധിയെ തുടർന്ന് താൻ ജീവിച്ച കാലം–5 മാസവും 2 ആഴ്ചയും–മുഴുവൻ അദ്ദേഹം വിടാതെ പ്രചരിപ്പിച്ച ആശയങ്ങളും അർപ്പണബോധത്തോടെ ചെയ്ത ജോലിയും വലിയൊരു ജനവിഭാഗത്തെ രോഷാകുലരാക്കി. രണ്ടു വ്യാഴവട്ടത്തിലധികം കാലം താൻ മുറുകെപ്പിടിച്ച ഹിന്ദു–മുസ്ലീം മൈത്രി തകർന്നുതരിപ്പണമാകുന്നതുകണ്ട് ഹൃദയംനൊന്ത ഗാന്ധിയുടെ വാക്കുകളും പ്രവൃത്തിയും മുസ്ലീംവിരോധമെന്ന അപസ്മാരം ബാധിച്ച ഹൈന്ദവവിഭാഗങ്ങളിൽ വെറുപ്പുളവാക്കി. ഈ വികാരം മുതലെടുത്ത് ലഹളകൾ സംഘടിപ്പിക്കുന്നവർക്ക്, ഈ ക്രൂരതകൾക്കെതിരായി ഒറ്റ

പ്പെട്ടതെങ്കിലും ശക്തമായ പ്രതിഷേധശബ്ദമുയർത്തുന്ന ഗാന്ധിയെ വച്ചുപൊറുപ്പിക്കാൻ കഴിഞ്ഞില്ല. അദ്ദേഹത്തെ വകവരുത്തിയേ കഴിയൂ എന്ന തീരുമാനത്തിൽ അവർ എത്തിച്ചേർന്നു. അതു നടപ്പാക്കാൻ ഒരു സംഘത്തെ അവർ ചട്ടംകെട്ടി,. ആ ജോലി സമർത്ഥമായി നിറവേറ്റപ്പെടുകയും ചെയ്തു.

ഇന്ത്യൻയൂണിയൻ, പാകിസ്ഥാൻ എന്ന രണ്ട് സ്വതന്ത്രരാജ്യങ്ങൾ സൃഷ്ടിച്ച് അവയുടെ നേതാക്കളെ പുത്തൻ ഭരണാധികാരികളാക്കി വാഴിക്കുകയെന്ന ബ്രിട്ടീഷ്തന്ത്രവും മഹാത്മാഗാന്ധിയെ കൊലപ്പെടുത്തുകയെന്ന ഹൈന്ദവമതഭ്രാന്തന്മാരുടെ പ്രവൃത്തിയും തമ്മിൽ അഭേദ്യമായ ബന്ധമുണ്ട്. രണ്ടുമൂന്നു സഹസ്രാബ്ദങ്ങളിലധികം കാലമായി വളർന്നുവരുന്ന ഇന്ത്യയുടെ സാമൂഹ്യവും സാംസ്കാരികവുമായ ഭൂതകാലപാരമ്പര്യം, അതിന് ആധുനികലോകത്തിലെ സാമൂഹ്യവളർച്ചയുമായുള്ള പൊരുത്തക്കേട്, ഈ പൊരുത്തക്കേടിന്റെ അലയടിച്ച് ഇന്ത്യൻ ദേശീയ പ്രസ്ഥാനം കൈക്കൊണ്ട സവിശേഷമായ രൂപം–അല്ലെങ്കിൽ ദേശീയ പ്രസ്ഥാനത്തിനകത്ത് രൂപംകൊണ്ട ഹൈന്ദവ–ഇസ്ലാമിക വീക്ഷണങ്ങളുടെ ഏറ്റുമുട്ടലും അവയെ ഏകോപിപ്പിച്ചു സമുദായമൈത്രി സ്ഥാപിക്കാൻ ഗാന്ധി നടത്തിയ പരിശ്രമത്തിന്റെ പരാജയവും–ഇതൊക്കെയാണ് സ്വാതന്ത്ര്യലബ്ധിയോടൊപ്പം ഇന്ത്യാവിഭജനം, വിഭജനത്തിനു മുമ്പും പിമ്പുമായി നടന്ന സാമുദായികലഹളകൾ, ലഹളകളെത്തുടർന്ന് ആളിപ്പടർന്ന മതവികാരങ്ങൾ എന്നിവയ്ക്കെല്ലാം വഴിവച്ചത്.

1857 ലെ കലാപത്തിനുമുമ്പും കലാപം നടക്കുമ്പോഴും രണ്ട് വിചാരധാരകൾ ഇന്ത്യൻജനതയെ സ്വാധീനിച്ചിരുന്ന കാര്യം ഇതിനുമുമ്പ് വിവരിച്ചിട്ടുണ്ടല്ലോ. ഇംഗ്ലണ്ടടക്കം യൂറോപ്പിലെങ്ങും വളർന്നുവരുന്ന പുതിയ ബൂർഷ്വാസമൂഹത്തിന്റെയും സംസ്കാരത്തിന്റെയും മാതൃക ഇന്ത്യയും പിന്തുടരണമെന്ന് ആഗ്രഹിക്കുന്നവർ, അതല്ല ഇന്ത്യക്ക് തനതായുള്ള പൗരാണികസമൂഹവും സംസ്കാരവും നിലനിർത്തണമെന്നാഗ്രഹിക്കുന്നവർ–ഈ രണ്ട് വിഭാഗങ്ങൾ രൂപംകൊണ്ടു. ഇതിലാദ്യത്തെ കൂട്ടർ 1857 ലെ കലാപത്തെ എതിർത്തുവെങ്കിൽ രണ്ടാമത്തേത് അതിന് പൂർണപിന്തുണ നൽകി.

കലാപം അടിച്ചമർത്തപ്പെട്ടതിനെത്തുടർന്ന് വളരാൻ തുടങ്ങിയ ദേശീയസ്വാതന്ത്ര്യപ്രസ്ഥാനത്തിലും ഈ രണ്ട് വിചാരധാരകൾ അലയടിച്ചു. സ്വതന്ത്ര ഇന്ത്യ ആധുനികബൂർഷ്വാരീതിയിൽ വളരണമെന്ന ലക്ഷ്യംവച്ച് അതിനുതകുന്ന ഭരണരൂപം, സാമ്പത്തികാസൂത്രണം, സാമൂഹ്യപരിഷ്കാരവും സാംസ്കാരികനവോത്ഥാനവും മുതലായവയ്ക്കുവേണ്ടി വാദിക്കുകയും പ്രവർത്തിക്കുകയും ചെയ്യുന്നവർ ഇന്ത്യൻ നാഷണൽ കോൺഗ്രസിന്റെ തലപ്പത്തുണ്ടായിരുന്നു. അവരെപ്പോലെയോ അതിലധികമോ സ്വാധീനശക്തിയുള്ള മറ്റൊരു വിഭാഗം സ്വാതന്ത്ര്യലബ്ധിക്കുശേഷമുള്ള ഇന്ത്യയെ 'പൗരാണികഭാരത'ത്തിന്റെ പുനരുജ്ജീ

വനമായി ചിത്രീകരിച്ചു. സ്വാതന്ത്ര്യസമരസംഘടനയുടെ ഭാഗമായി പൂജകളും പ്രാർഥനകളും നടത്തുക, 'ഗ്രാമസ്വരാജി'നെയും 'രാമരാജ്യ'ത്തെയും മറ്റും സ്വപ്നം കണ്ട് അതാണ് സ്വതന്ത്രഇന്ത്യയെന്ന ബോധം ജനങ്ങളിൽ പരത്തുക–ഇതെല്ലാം ചെയ്യുന്ന ഒരു വിഭാഗത്തിന് ദേശീയപ്രസ്ഥാനത്തിൽ കാര്യമായ സ്വാധീനമുണ്ടായിരുന്നു. അവരും ബൂർഷ്വാപരിഷ്കാരപ്രസ്ഥാന പക്ഷപാതികളും തമ്മിലുള്ള ഒരു സന്ധിയായിരുന്നു ദേശീയപ്രസ്ഥാനമെന്നു പറയാം.

ഇതിന്റെ ഫലമായി ദേശീയപ്രസ്ഥാനം വളർന്നുവന്നു. അത് രണ്ട് ദൗർബല്യങ്ങൾ ഉൾക്കൊള്ളുന്നതായിത്തീർന്നു.

ഒന്നാമത്, നൂറ്റാണ്ടുകളായി നിലനിന്നുവരുന്നതും ആധുനികവൽക്കരണത്തിന് തടസ്സം നിൽക്കുന്നതുമായ വർണ (ജാതി) വ്യവസ്ഥയുടെ അടിതകർത്ത് സാമൂഹ്യസമത്വം, സ്വതന്ത്രചിന്തയും യുക്തിവാദവും മുതലായവ വളർത്താൻ അതിന് കഴിഞ്ഞില്ല. തലമുറതലമുറയായി നിലനിന്നുവരുന്നതും കാലഹരണപ്പെട്ടതുമായ വിശ്വാസപ്രമാണങ്ങൾ, ആചാരാനുഷ്ഠാനങ്ങൾ എന്നിവ നിർബാധം തുടർന്നുപോന്നു. ഇതാകട്ടെ, ആധുനികബൂർഷ്വാവളർച്ചയുടെ അനിവാര്യഫലമായി അവശജാതികളെന്നു കരുതപ്പെടുന്നവരുടെയിടയിൽ അസംതൃപ്തി വളർത്തുകയും ചെയ്തു. അധഃകൃതർ, ആദിവാസികൾ, അവർണജാതിക്കാർ എന്നീ വിഭാഗക്കാർ ദേശീയസ്വാതന്ത്ര്യപ്രസ്ഥാനത്തെയും അതിന്റെ നേതാക്കളെയും അവിശ്വാസത്തോടെയും സംശയത്തോടെയും വീക്ഷിച്ചു. അവരിൽ നല്ലൊരു വിഭാഗത്തെ സ്വാതന്ത്ര്യ പ്രസ്ഥാനത്തിനെതിരായി അണിനിരത്താൻ ബ്രിട്ടീഷ് ഭരണാധികാരികൾക്ക് കഴിഞ്ഞു.

രണ്ടാമത്, സ്വരാജിനെ രാമരാജ്യമാക്കി ചിത്രീകരിച്ചുകൊണ്ടുള്ള ദേശീയനേതാക്കളുടെ പ്രചാരവേലയ്ക്കു മറുപുറമെന്ന നിലയ്ക്ക് ഇസ്ലാമിക മേധാവിത്വം പുനഃസ്ഥാപിക്കുകയെന്ന സ്വപ്നം മുസ്ലീം സമുദായത്തിൽ കരുപ്പിടിച്ചു. ബ്രിട്ടീഷ് ഭരണം തുടങ്ങുന്നതിനു തൊട്ടുമുമ്പ് ദില്ലി സിംഹാസനത്തിൽ ഇരുന്നത് മുസ്ലീംചക്രവർത്തിമാരായിരുന്നതിനാൽ ബ്രിട്ടീഷുകാർ ഭരണംവിട്ടൊഴിയുന്നതോടുകൂടി പൊയ്പോയ ഇസ്ലാമികഭരണം തിരിച്ചുവരണമെന്ന് അവർ ആഗ്രഹിക്കാൻ തുടങ്ങി.

ഇതിനും ബ്രിട്ടീഷ് ഭരണമേധാവികളുടെ പ്രോത്സാഹനം സ്വാഭാവികമായി ലഭിച്ചു. ഇന്ത്യൻനാഷണൽ കോൺഗ്രസിന് ബലമായി അഖിലേന്ത്യാ മുസ്ലീംലീഗിന് രൂപംകൊടുക്കുകയെന്ന തന്ത്രംതന്നെ അവർ ആവിഷ്കരിച്ചു. ഭരണപരിഷ്കാരം സംബന്ധിച്ച് ചർച്ചനടക്കുമ്പോഴെല്ലാം ഹൈന്ദവഭൂരിപക്ഷവും ഹൈന്ദവേതര ന്യൂനപക്ഷങ്ങളും തമ്മിലുള്ള തർക്കത്തിന്റെ പ്രശ്നം അവർ മുമ്പോട്ടുകൊണ്ടുവന്നു. ഹൈന്ദവരിൽത്തന്നെയുള്ള അവശജാതിക്കാരെയെന്നപോലെ അഹൈന്ദവരെയും ദേശീയസ്വാതന്ത്ര്യത്തിനെതിരായ ചേരിയിൽ അണിനിരത്താനവർക്കു കഴിഞ്ഞു.

അഹിന്ദുമതസമുദായക്കാരെയും അവശജാതിക്കാരായ ഹൈന്ദവ

രെയും എതിർചേരിയിൽ അണിനിരത്താനുള്ള ഈ ബ്രിട്ടീഷ്തന്ത്രം പൊളിക്കണമെങ്കിൽ സ്വാതന്ത്ര്യപ്രസ്ഥാനത്തിന്റെ നേതാക്കൾക്ക് ആധുനികബൂർഷ്വാസിയുടേതായ സാമൂഹ്യബോധവും സംസ്കാരവും ഉണ്ടാകണം. വർണ (ജാതി) വ്യവസ്ഥയുടെ വേരറുത്തുകളഞ്ഞ് സാമൂഹ്യസമത്വം സ്ഥാപിക്കുക; ഹൈന്ദവമോ മറ്റേതെങ്കിലും തരത്തിലുള്ളതോ ആയ എല്ലാ മതവിഭാഗങ്ങളിൽനിന്നും തികച്ചും സ്വതന്ത്രമായ അന്തരീക്ഷത്തിൽ ആധുനിക ബൂർഷ്വാസമൂഹം വളർത്തിയെടുക്കുക; വർണ (ജാതി) വ്യവസ്ഥയുടെയും മതാന്തരീക്ഷത്തിന്റെയും അനിവാര്യഫലമായുണ്ടാവുന്ന അന്ധവിശ്വാസങ്ങൾ, പഴഞ്ചൻ ആചാരാനുഷ്ഠാനങ്ങൾ എന്നിവക്കെതിരായി ശക്തിയേറിയ ഒരു ബഹുജനപ്രസ്ഥാനം സൃഷ്ടിക്കുക; ആധുനികസയൻസിന്റെയും യുക്തിവാദത്തിന്റെയും അടിസ്ഥാനത്തിൽ ഒരു നൂതനസംസ്കാരം കരുപ്പിടിപ്പിക്കുക–ഇതെല്ലാം ചെയ്യാൻ ദേശീയപ്രസ്ഥാനത്തിന്റെ നേതാക്കൾ തയ്യാറാകണം. എങ്കിൽമാത്രമേ ജാതി–മതാദിപരിഗണനകൾക്കതീതമായ ആധുനിക ജനാധിത്യപ്രസ്ഥാനം ഉയർന്നുവരികയുള്ളു.

പക്ഷെ, ഈ സമീപനമംഗീകരിക്കാൻ ദേശീയപ്രസ്ഥാനത്തിന്റെ നേതാക്കൾക്കു കഴിഞ്ഞില്ല. എന്തുകൊണ്ടെന്നാൽ, യൂറോപ്യൻരാജ്യങ്ങളിലെന്നപോലെ മധ്യകാല(ഫ്യൂഡൽ)സമൂഹത്തിന്റെയും സംസ്കാരത്തിന്റെയും വേരറുത്തുകളഞ്ഞ് പുതിയ മുതലാളിത്തസൗധം കെട്ടിപ്പടുക്കുകയെന്ന പ്രക്രിയയല്ല ഇന്ത്യയിൽ നടന്നത്. പിന്നെയോ? ആര്യൻമാരുടെ വരവുതൊട്ട് വളർന്നുകൊണ്ടിരുന്ന വർണ (ജാതി) വ്യവസ്ഥയെയും അതിൻമേൽ പടുത്തുയർത്തിയ വൈദികസംസ്കാരത്തെയും നിലനിർത്തി അതിന്റെമീതെ പുതിയ മുതലാളിത്തസൗധം കെട്ടിപ്പടുക്കാനാണ് ആദ്യം ഇംഗ്ലീഷ് ഭരണാധികാരികളും പിന്നീട് ഇവിടത്തെ ബൂർഷ്വാഭരണാധികാരികളും ശ്രമിച്ചത്. ഇതിനടിസ്ഥാനമായി നിൽക്കുന്നതാകട്ടെ, സാമ്പത്തികവും ഭരണപരവുമായ മണ്ഡലങ്ങളിൽ മുൻമേധാവിവിഭാഗങ്ങൾക്ക്–നാട്ടുരാജാക്കന്മാർ, സെമിന്ദാർമാരും മറ്റ് ഭൂവുടമവർഗങ്ങളും മുതലായവർക്ക്–ഏറ്റവും കുറച്ചുമാത്രം നഷ്ടം വരുത്തിക്കൊണ്ടുള്ള സാമ്പത്തിക—രാഷ്ട്രീയ പരിഷാകാരങ്ങളാണുതാനും.

കനത്ത നഷ്ടപരിഹാരം നൽകിക്കൊണ്ടുള്ള ഭൂനിയമപരിഷ്കാരവും നാട്ടുരാജ്യങ്ങളിലെ ഭരണപരിഷ്കാരവുമാണ് ഇതിനേറ്റവും വലിയ ദൃഷ്ടാന്തം. ഒരു പുത്തൻ ഭരണവർഗത്തെ–ബൂർഷ്വാ ഭൂപ്രഭുവിഭാഗത്തെ–സൃഷ്ടിക്കലാണതിന്റെഫലം. വർണ (ജാതി) വ്യവസ്ഥയിലാകട്ടെ, ബാഹ്യമായ ചില മാറ്റങ്ങൾ വന്നുവെന്നതു ശരിയാണ്. എന്നാൽ ആ വ്യവസ്ഥയ്ക്കുകീഴിൽ അടിച്ചമർത്തപ്പെടുന്ന ജനകോടികളുടെ ജീവിതത്തിൽ ഗണ്യമായ യാതൊരു പുരോഗതിയുമുണ്ടായില്ല. നേരെമറിച്ച്, അവരിൽ ഭൂരിഭാഗം അനുദിനം അധികമധികം പാപ്പരായിവരികയാണുതാനും. എന്തുകൊണ്ടെന്നാൽ നൂറ്റാണ്ടുകളോളംകാലമായി ജാതിമേധാ

വിത്വത്തിൻകീഴിൽ അവശതയനുഭവിച്ചിരുന്ന ഈ ജനവിഭാഗങ്ങളുടെ മേൽ പുത്തൻ മുതലാളിത്തത്തിന്റെ ചൂഷണംകൂടി അടിച്ചേൽപ്പിക്കും വിധത്തിലാണ് ബൂർഷ്വാസമൂഹത്തിലെ 'പരിഷ്കാര'ങ്ങളും 'നവീകരണ'ങ്ങളും നടന്നത്.

അവശജാതിക്കാരുടെ–അവരിൽത്തന്നെ താരതമ്യേന മെച്ചപ്പെട്ടിരുന്ന ജാതിക്കാരുടെ–ഇടയിൽനിന്ന് ഒരു ചെറിയ ന്യൂനപക്ഷം പുത്തൻ ബൂർഷ്വാസമൂഹത്തിലെ പ്രമാണിവർഗമായി മാറാൻ തുടങ്ങുകയാണ് മുതലാളിത്ത 'സാമൂഹ്യപരിഷ്കാര'ങ്ങളുടെ ഒരു ഫലം. ഹരിജനങ്ങൾ, ആദിവാസികൾ എന്നീ വിഭാഗങ്ങളിൽ നിന്നുപോലും കൈവിരലിലെണ്ണാവുന്നിടത്തോളം അഭ്യസ്തവിദ്യർ, ഗവണ്മെന്റ് ഉദ്യോഗസ്ഥന്മാർ, അഭിഭാഷകരെയും ഡോക്ടർമാരെയുംപോലെ ഉന്നതതലത്തിൽ ജോലികിട്ടുന്നവർ മുതലായ വിഭാഗങ്ങൾ ഉയർന്നുവരുന്നു. അവരെക്കാൾ താരതമ്യേന ഉയർന്നനിലയിലുള്ള അവശജാതിക്കാരിൽനിന്നാകട്ടെ, ഒരു ചെറുന്യൂനപക്ഷം വ്യാപാരികൾ, വ്യവസായികൾ, ഭൂവുടമസ്ഥന്മാർ മുതലായവർപോലും ഉയർന്നുവന്നു. ഉദ്യോഗനിയമനത്തിനും തെരഞ്ഞെടുപ്പുകൾക്കുമുള്ള സംവരണം ഈ പ്രക്രിയയെ സഹായിക്കുന്നു; എം പി, എം എൽ എ മന്ത്രി മുതലായ സ്ഥാനങ്ങൾ വഹിക്കാൻ അവശജാതിക്കാരിൽ ഒരു ചെറുന്യൂനപക്ഷത്തെ അത് സഹായിക്കുന്നു. ഇങ്ങനെ ബൂർഷ്വാവിഭാഗമായി മാറാൻതുടങ്ങിയ മുൻ അവശജാതിക്കാരും പഴയ മുന്നോക്കക്കാരിൽനിന്നുയർന്നുവന്ന ബൂർഷ്വാവിഭാഗങ്ങളും തമ്മിൽ ഉദ്യോഗം, വ്യാപാരാദി സാമ്പത്തിക സംരംഭങ്ങൾ, രാഷ്ട്രീയാധികാരം മുതലായവയെ സംബന്ധിച്ച് രൂക്ഷമായ മത്സരം തുടങ്ങി.

അതേ അവസരത്തിൽ മുന്നോക്ക–പിന്നോക്ക വ്യത്യാസമില്ലാതെ എല്ലാ ജാതി മതവിഭാഗങ്ങളിലുംപെട്ട ബഹുഭൂരിപക്ഷം–തൊഴിലാളികൾ, കൃഷിക്കാരും കർഷകത്തൊഴിലാളികളും, ഇടത്തരം ജീവനക്കാരും ചെറുകിട സ്വത്തുടമസ്ഥരും മുതലായ വിഭാഗങ്ങളിൽപ്പെട്ട ജനകോടികൾ–അനുദിനം പാപ്പരായിവരികയാണ്. ഉള്ള ചെറുകിടസ്വത്തോ ജീവിതോപാധിയോ നഷ്ടപ്പെട്ടും ജീവിക്കാൻ വേണ്ട തൊഴിൽകിട്ടാതെയും അലഞ്ഞുനടക്കേണ്ടിവരുന്ന ഗതികേട് ഒരു വശത്ത്; ഉള്ള ജോലിക്ക് ന്യായമായ വേതനമോ അധ്വാനിച്ചുണ്ടാക്കുന്ന സാധനങ്ങൾക്ക് ന്യായമായ വിലയോ കിട്ടായ്ക മറ്റൊരുവശത്ത്; നിത്യജീവിതത്താനാവശ്യമായ സാധനങ്ങളുടെ ദൗർലഭ്യവും കുതിച്ചുകയറുന്ന വിലനിലവാരവും ഇനിയുമൊരുവശത്ത്; അനുദിനം പെരുകിവരുന്നു നികുതിയുടെയും കടത്തിന്റെയും ഭാരം വേറൊരുവശത്ത്–ഇതെല്ലാം നിമിത്തം അങ്ങേയറ്റം നരകിക്കുന്നവരാണ് ബഹുഭൂരിപക്ഷം ജനങ്ങൾ. ഹരിജനങ്ങളും ആദിവാസികളും അടക്കമുള്ള പിന്നോക്കജാതിക്കാരെന്നപോലെ മുന്നോക്കക്കാരിൽ ഭൂരിപക്ഷവും ഈ ഭാരങ്ങളെല്ലാം താങ്ങുകതന്നെ വേണം.

എന്നാൽ, മുന്നോക്കക്കാരും പിന്നോക്കക്കാരും തമ്മിൽ യാതൊരു

വ്യത്യാസവുമില്ലെന്ന് പറഞ്ഞുകൂടാ. പിന്നോക്കക്കാരിൽ ഭൂരിപക്ഷം–ഹരിജനങ്ങളും ആദിവാസികളുമടക്കം ഏറ്റവും താഴേക്കിടയിൽ നിൽക്കുന്നവർ വിശേഷിച്ചും–മുകളിൽവിവരിച്ച സാമ്പത്തികപ്രശ്നങ്ങളോടൊപ്പം വർണ (ജാതി) വ്യവസ്ഥയുടെ അവശിഷ്ടമെന്ന നിലയ്ക്ക് ഇപ്പോഴും തുടരുന്ന പല സാമൂഹ്യാവശതകളും കൂടി അനുഭവിച്ചുവരുന്നുണ്ട്. അയിത്തംപോലുള്ള സാമൂഹ്യവിവേചന നടപടികൾ നിയമവിരുദ്ധമായി പ്രഖ്യാപിച്ചിട്ടുണ്ടെങ്കിലും ഹരിജനാദിസമുദായങ്ങളിൽപ്പെട്ടവർ ഇന്നും പല അവശതകൾക്കും ഇരയായാണ് കഴിയുന്നത്. അവയ്ക്കെതിരായി അവർ സംഘടിപ്പിക്കുന്ന ചെറുത്തുനിൽപ്പാകട്ടെ, ക്രൂരമായ കായികാക്രമണങ്ങൾക്ക് വഴിയൊരുക്കുകയും ചെയ്യുന്നു. ഇത് നിശ്ശബ്ദം സഹിക്കാൻ തയ്യാറില്ലായ്മയും ഫലപ്രദമായി ചെറുത്തുനിൽക്കാൻ വേണ്ട ശക്തിക്കുറവും ചേർന്ന് 'മതപരിവർത്തനമെന്ന രക്ഷാമാർഗ'ത്തിലേക്കു പലയിടത്തും അവർ തിരിയുകയാണ്. അവർ ചിലയിടങ്ങളിൽ കൂട്ടായി ഇസ്ലാംമതം സ്വീകരിച്ചതും മറ്റുചിലയിങ്ങളിൽ അങ്ങനെ ചെയ്യുമെന്ന് പ്രഖ്യാപിച്ചതും രാജ്യവ്യാപകമായിത്തന്നെ ഒരു കോളിളക്കം സൃഷ്ടിച്ചിട്ടുണ്ട്. ശങ്കരാചാര്യൻമാരും മറ്റു മതമേധാവികളും 'ഹൈന്ദവസമൂഹത്തിന്റെ രക്ഷാകർത്താക്ക'ളായി സ്വയം പ്രത്യക്ഷപ്പെടാറുള്ള മറ്റുള്ളവരും 'ഹൈന്ദവസമൂഹത്തെ നേരിടുന്ന ഈ ആപത്ത്' നീക്കാനുള്ള ശ്രമത്തിൽ ഏർപ്പെടുന്നു. മറുപുറത്തു മുസ്ലീംപ്രമാണിമാർ മതപരിവർത്തനത്തെ ന്യായീകരിക്കുകയും സഹായിക്കുകയും ചെയ്യുന്നു. അങ്ങനെ സ്ഫോടകമായ ഒരന്തരീക്ഷം ഉളവാകുന്നു. ഇതാണിന്നത്തെ സ്ഥിതി.

ഹരിജനങ്ങളിലൊരുവിഭാഗം പ്രതീക്ഷിക്കുന്നതുപോലെ മതപരിവർത്തനം അവർക്ക് ഒരു രക്ഷാമാർഗമാവുകയില്ലെന്നതു ശരിതന്നെ. മതവിശ്വാസമോ ആരാധനാരീതിയോ അല്ല ദാരിദ്ര്യം, പിന്നോക്കാവസ്ഥ, നൂറ്റാണ്ടുകളായി നിലനിന്നുപോരുന്ന വർണ (ജാതി) വ്യവസ്ഥയുടെ അവശിഷ്ടങ്ങൾ എന്നിവയാണ് പിന്നോക്കജാതിക്കാർ അനുഭവിക്കേണ്ടിവരുന്ന ദുരിതങ്ങൾക്ക് അടിസ്ഥാനം. ഇതൊന്നും മതപരിവർത്തനംകൊണ്ടു പരിഹരിക്കപ്പെടുകയില്ല. കൂടാതെ, വർണ (ജാതി) വ്യവസ്ഥയുടെ അവശിഷ്ടങ്ങളൊഴിച്ച് മറ്റുദുരിതങ്ങളെല്ലാം പിന്നോക്കക്കാരെന്നപോലെ മുന്നോക്കജാതികളിൽപ്പെട്ട പാവപ്പെട്ടവരും അനുഭവിക്കുന്നവയാണ്. അതുകൊണ്ട് മുന്നോക്ക–പിന്നോക്ക വ്യത്യാസമില്ലാതെ എല്ലാ ജാതികളിലുംപെട്ട അധ്വാനിക്കുന്ന ബഹുജനങ്ങൾ ഒന്നിച്ചുനിന്ന് ദാരിദ്ര്യം, സാമ്പത്തികചൂഷണം, സാംസ്കാരിക പിന്നോക്കാവസ്ഥ എന്നിവക്കെതിരായി പോരാടുകയും അതിന്റെ ഭാഗമെന്ന നിലയ്ക്ക് അവശജാതിക്കാർ സാമൂഹ്യരംഗത്ത് അനുഭവിക്കുന്ന മർദനചൂഷണങ്ങൾക്കെതിരായി മുന്നോക്കജാതിക്കാരെക്കൂടി അണിനിരത്തുകയും ചെയ്യലാണ് അവശജാതിക്കാരുടെ ശരിയായ രക്ഷാമാർഗം.

മറ്റൊരു ഭാഷയിൽ പറഞ്ഞാൽ, ജാതിയെ അടിസ്ഥാനപ്പെടുത്തിക്കൊണ്ട്

ഇന്നും തുടരുന്ന അസമത്വങ്ങൾക്കെതിരായ സമരത്തെ സാമ്പത്തികമടക്കം എല്ലാ രംഗങ്ങളിലുമുള്ള അസമത്വമവസാനിപ്പിക്കാനുള്ള സമരത്തിന്റെ ഭാഗമായിക്കണ്ട് അതിൽ മുന്നോക്ക–പിന്നോക്ക വ്യത്യാസമില്ലാതെ എല്ലാ ജാതികളിലും ഭൂരിപക്ഷ–ന്യൂനപക്ഷ വ്യത്യാസമില്ലാതെ എല്ലാ മതവിഭാഗങ്ങളിലുംപെട്ട ബഹുഭൂരിപക്ഷം ജനങ്ങളെ അണിനിരത്തിക്കൊണ്ടു മാത്രമേ ഈ പ്രശ്നത്തിനു പരിഹാരം കാണാൻ കഴിയുകയുള്ളു.

ഇതാണ് ഇന്ത്യൻ നാഷണൽ കോൺഗ്രസിന്റെ നേതൃത്വത്തിൽ ഉയർന്നുവന്ന ദേശീയസ്വാതന്ത്ര്യപ്രസ്ഥാനം ഇന്ത്യൻ ജനതയുടെ മുമ്പിൽ അവതരിപ്പിച്ച പരിപാടി. ഹിന്ദു–മുസ്ലീം മൈത്രി, ഹരിജനോദ്ധാരണം, ദരിദ്രനാരായണസേവ മുതലായ ലക്ഷ്യപ്രാഖ്യാപനങ്ങളിലൂടെ മഹാത്മാഗാന്ധി ഉദ്ദേശിച്ചതും ഇതൊക്കെത്തന്നെയാണ്. ഇതെല്ലാം നടപ്പിലാവുമെന്ന പ്രതീക്ഷയോടെയാണ് ഇന്ത്യയിലങ്ങോളമിങ്ങോളം ജനകോടികൾ സ്വാതന്ത്ര്യലബ്ധിയെ സ്വാഗതം ചെയ്തത്.

എന്നാൽ, ഇതിനുമുമ്പ് ചൂണ്ടിക്കാണിച്ചതുപോലെ, സ്വാതന്ത്ര്യലബ്ധിയുടെ അവസരത്തിൽത്തന്നെ അതിന്റെ രൂപംകണ്ടുണ്ടായ വേദനയാണു മഹാത്മാഗാന്ധിയിൽ, അദ്ദേഹത്തിന്റെ അന്ത്യനാളുകളിൽ, മുന്തിനിന്ന വികാരം. അദ്ദേഹത്തിന്റെ അനുയായികളിൽ ഒരുവിഭാഗം കൃതാർഥതയോടെ അധികാരസ്ഥാനം ഏറ്റെടുത്തുവെങ്കിലും അദ്ദേഹം അവരുടെ കൂടെ ഇല്ലായിരുന്നു. പോരെങ്കിൽ, സ്വാതന്ത്ര്യസമരത്തിൽ പങ്കെടുത്തിരുന്ന ബഹുഭൂരിപക്ഷം ജനങ്ങൾ അതിവേഗത്തിൽ മോഹഭംഗത്തിനിരയായി.

ഇതിന്റെ അലയടിച്ച് കഴിഞ്ഞ 34 കൊല്ലക്കാലത്തെ ഇന്ത്യൻ രാഷ്ട്രീയരംഗം പ്രതിസന്ധിയിൽനിന്ന് പ്രതിസന്ധിയിലേക്ക് നീങ്ങിക്കൊണ്ടിരിക്കുകയാണ്. ഭരണമാറ്റങ്ങൾ, പാർട്ടികളുടെ പിളർപ്പ്, പുനഃസംഘടനയും ഒരു പാർട്ടിയിൽനിന്ന് മറ്റൊരു പാർട്ടിയിലേക്കുള്ള കൂറുമാറ്റവും മുതലായവ അഖിലേന്ത്യാതലത്തിലും വിവിധ സംസ്ഥാനങ്ങളിലുമുള്ള രാഷ്ട്രീയരംഗത്തെയാകെ കലുഷിതമാക്കിയിരിക്കുകയാണ്.

ഈ പരിതഃസ്ഥിതിയിൽ ഉയർന്നുവരുന്ന വിവിധ പ്രശ്നങ്ങൾക്ക് പലരും പല പരിഹാരമാർഗങ്ങളും നിർദേശിക്കുന്നുണ്ട്. അവയിലോരോന്നിനെയും സംബന്ധിച്ച് അനുകൂലവും പ്രതികൂലവുമായ അഭിപ്രായപ്രകടനങ്ങൾ നടക്കുന്നുമുണ്ട്. അവയിലേതുശരി, ഏതുതെറ്റ് എന്ന ചർച്ചയിലേക്ക് ഇവിടെ കടക്കുന്നില്ല. ഒരുകാര്യം മാത്രം ഉറപ്പിച്ചുപറയാം. 'വേദങ്ങളുടെ നാട്' എന്ന പേർ സൂചിപ്പിക്കുന്നതുപോലെ പരിപാവനതയുടെ പരിവേഷമണിയിച്ചുകൊണ്ട് ഇന്ത്യയുടെ ചരിത്രത്തെയും സമൂഹത്തെയും കാണാനുള്ള ഏതുശ്രമവും രാജ്യത്തെ നേരിടുന്ന പ്രതിസന്ധിക്കു പരിഹാരമാവുകയില്ല. നമ്മുടെ ഭൂതകാലപാരമ്പര്യത്തിൽ നമുക്കഭിമാനിക്കാവുന്നതെന്നപോലെതന്നെ അല്ലാത്ത അംശങ്ങളുമുണ്ട്; രണ്ടാമത്തേതാണ് ഇന്ത്യ ബ്രിട്ടീഷ് മേധാവിത്വത്തിൻകീഴിലാകാനും ഒന്നരനൂറ്റാണ്ടോളം കാലം ആ മേധാവിത്വം തുടരാനും ഇടയാക്കിയത്; മേലിലും വിദേശീയ

മേധാവിത്വമടക്കം ലജ്ജാവഹമായ പലതും പേറാൻ നാം നിർബന്ധിക്കപ്പെടാതിരിക്കണമെങ്കിൽ നമ്മുടെ ഭൂതകാലപാരമ്പര്യത്തിലെ അഭിമാനിക്കാൻ വകയുള്ളവ ഉയർത്തിപ്പിടിക്കുമ്പോൾത്തന്നെ അല്ലാത്തവയ്ക്കെതിരായി ഉറച്ചുനിന്ന് പോരാടുകകൂടി ചെയ്യണം; എങ്കിൽമാത്രമേ പൗരാണികഭാരതത്തിന് അന്നത്തെ ലോകത്തിലെന്നപോലെ ഇന്നത്തെ ഇന്ത്യക്ക് ആധുനികലോകത്തിൽ തലയുയർത്തിനിൽക്കാൻ കഴിയുകയുള്ളൂ.

ഈ യാഥാർഥ്യം അംഗീകരിച്ചുകൊണ്ടല്ലാതെ ആവിഷ്കരിക്കുന്ന ഒരു പരിപാടിയും ഇന്നത്തെ ഇന്ത്യയെ നേരിടുന്ന വിഷമപ്രശ്നങ്ങൾക്ക് പരിഹാരം കാണാൻ സഹായിക്കുകയില്ല.